வடலூரார் வாய்மொழி

சாமி சிதம்பரனார்

Title: Vadaloorar Vaaimozhi

Author: Sami Chidambaranar

Language: Tamil

First Published on: 1959

Year of Publication: 2025

Book Format: Paperback

*Page Size: 6inch * 9inch*

Category: Religious

Subject: Religious Essays

No. of pages: 216

ISBN: 978-81-685729-8-0

Published by: Nilan Publishers, Madurai, Tamilnadu, India

பொருளடக்கம்

முன்னுரை

இராமலிங்க அடிகளைத் தமிழர்கள் பலர் ஒரு அவதார புருஷராகவே நினைக்கின்றனர்; ஒரு தீர்க்கதரிசியாகப் போற்றுகின்றனர். அவருக்குப் பல இடங்களிலே கோவில்கள்; பல இடங்களிலே உருவச்சிலைகள்; பல இடங்களிலே பஜனை மடங்கள்; பல இடங்களிலே அவர் படத்திற்குக் கற்பூர தீபாரதனைகள்; பூஜை நைவேத்தியங்கள் அவர் பெயரால் பல சங்கங்கள், பல புத்தக சாலைகள், பல வியாபார தலங்கள் இன்று விளங்குகின்றன.

ஆண்டாண்டு தோறும் வடலூருக்குச் செல்லும் அடியார் களின் கூட்டம் வளர்ந்து வருகின்றது. அவருடைய அருட் பாவைப் பாராயணம் செய்வோர் பெருகி வருகின்றனர். எங்கும் அருட்பெரும் ஜோதி ! தனிப்பெரும் கருணை என்ற முழக்கம் கேட்கின்றது.

சாதிவெறி கொண்டவர்கள் பலர்; சமயவெறி கொண்டவர்கள் பலர்; ஆச்சாரவெறி பிடித்தவர்கள் பலர்; வகுப்புவாதம் பேசும் அரசியல்வாதிகள் பலர்; பொதுமக்களிடம் ஏமாற்றிப் பொருள் பறிப்போர் பலர்; தமது கடமையை மறந்து அதிகாரத்தைத் துஷ்பிரயோகம் செய்யும் அதிகாரிகள் பலர்; உழைப்பவர்களிடம் கருணை காட்டாதவர்கள் பலர் இன்று இராமலிங்க சுவாமிகளின் பக்தர்களாக விளங்குகின்றனர்.

இராமலிங்கர் தன்னை யாரும் வணங்கவேண்டும் என்று விரும்பவே இல்லை. தன்னை இராமலிங்க சுவாமிகள் என்று அழைப்பதைக்கூட அவர் வெறுத்தார் அவரைத் தெய்வமாகக் கொண்டாடுவதை அவர் வெறுத்தார். அவரைத் தெய்வம் என்று கூறிய வணங்கிய மக்களின் அறியாமைக்காக அவர் பரிதாபப்பட்டடார்.

உலகம் எல்லாம் அவரைப் பெரியவர் என்று கொண்டாட வேண்டும் என்ற ஆசையும் அவருக்கில்லை. அவர் தன்னைச் சாதாரண மனிதராகவே கருதினார் மற்ற மனிதர்களும் தன்னைச் சாதாரண மனிதராகக் கருதவேண்டும் என்பதே அவருடைய ஆசை. அவருடைய வாசகமே இவற்றைக் காட்டுகின்றன.

இராமலிங்க சுவாமி என்று வழங்குவிப்பது என் சம்மதம் அன்று என்னை? ஆரவாரத்திற்கு அடுத்த பெயராகத் தோன்று தலின், இனி அங்ஙனம் வழங்காமை வேண்டும்.

தெய்வத்தைத் தெரிந்து கொள்ளாது இவ்வுலகத்தார் என்னைத் தெய்வம் எனச் சுற்றுகிறார்கள். ஐயோ! நம் சதோதரர்கள் தெய்வத்தைத் தெரிந்து கொள்ளாததனாலே யல்லவா நம்மைச் சுற்றுகிறார்கள் என்று நான் உள்ளும் புறமும் பரிதாபப்பட்டுக் கொண்டே இருந்தேன்; இருக்கின்றேன்; இருப்பேன். உலகெலாம் பெரியவர் பெரியவர் எனவே சிறக்கவும் ஆசையில்லை.

இவைகள் அவராலேயே சொல்லப்பட்டவை. சாதாரண மனிதர்களும் கூட இந்தக் காலத்தில் தம்மைப் பலர் போற்றுவதையும், புகழ்வதையும் விரும்புகின்றனர். இதற்காகவே தம்முடைய கைப்பணத்தைச் செலவு செய்வேர்கள்கூடச் சிலர் உண்டு. பொதுவாழ்விலே ஈடுபட்ட பலரிடம் இக்குணந்தான் குடி கொண்டிருக்கின்றது.

ஆனால் இராமலிங்கர் தன்னைத் தெய்வமாகக் கொண்டாடுவதை வெறுத்ததற்கு ஒரு உண்மைக் காரணம் உண்டு. உலகத்தைச் சீர்திருத்தவேண்டும்; மக்களைச் சீர்திருத்த வேண்டும்; மக்கள் சமுதாய அமைப்பை மாற்றி அமைக்க வேண்டும் என்று விரும்புகின்ற எவனும் தற்புகழ்ச்சிக்கு ஆசைப்பட மாட்டான்; தன்னை மற்ற மக்கள் வணங்க வேண்டும். புகழவேண்டும் என்று எண்ணமாட்டான். மற்ற மக்களுடன் சமமாக ஒன்றுபட்டு தோழமை கொண்டு

வாழவேண்டும் என்றே நினைப்பான். மற்ற மக்களும் தன்னைத் தங்களுடைய தலைவனாக எண்ணாமல் கூட்டாளியாக தோழனாக எண்ணவேண்டும் என்றே ஆசைப் படுவான். இதுவே உண்மையான சீர்திருத்தவாதியின் இயல்பு. புரட்சிக் காரனுடைய தன்மை.

மக்கள் ஒரு சீர்திருத்தக்காரனைத் தெய்வமாக அல்லது அவதார புருஷனாகக் கொண்டாடத் தொடங்கி விட்டார் களானால் வந்தது ஆபத்து. அன்றே அவனுடைய கொள்கைகளுக்கு மக்கள் குழிதோண்டி விட்டவர்கள் ஆவார்கள்.

ஒருவரை வணங்க ஆரம்பித்துவிட்டால், பிறகு அவருடைய ஆராய்ச்சியைப் பற்றி எண்ணமாட்டார்கள். அவருடைய சொற்களைப் பற்றிச் சிந்தனை செய்யவே மாட்டார்கள். அவரை வணங்குவதனாலே தாங்கள் செய்த பாவங்கள் தீர்ந்து விடும்; தங்களுக்குப் புண்ணியம் கிடைத்து விடும் என்று நினைத்து விடுவார்கள்.

இந்த உண்மையை வள்ளலார் நன்றாக உணர்ந் திருந்தார். ஆதலால்தான் என்னை வணங்க வேண்டாம்! நான் கூறியவைகளைப் படியுங்கள்! அதன்படி நடவுங்கள் என்றே கூறினார். இராமலிங்க அடிகள் இருக்கும் காலத்தில் அவருடைய மாணவர்கள் அவரை சுவாமிகள் என்று அழைப்பதில்லை. 'ஐயா!' என்றே அழைத்து வந்தனர் இது குறிப்பிடத்தக்கது.

இன்று புத்தரைப் போற்றும் மக்கள் பலர் அவருடைய கொள்கைகளை ஊறுகாய் போட்டு விட்டனர்! ஏசு கிறிஸ்துவை வணங்கும் மக்கள் பலர் அவருடைய அகிம்சா தர்மத்தை அடியோடு மறந்துவிட்டனர்; முகம்மது நபியைக் கொண்டாடும் மக்களிலே பலர் அவருடைய கொள்கையை வாயளவிலே மட்டும் பேசிக் கொண்டிருக்கின்றனர்! இதே கதி நமது இராமலிங்கருக்கும் நேர்ந்து விடக்கூடாது.

இராமலிங்கரின் பாடல்களிலே புதிய கருத்துக்கள் பலவற்றைக் காணலாம். அவருடைய பாடல்கள் திரு அருட்பா என்னும் பெயரில் வெளிவந்துள்ளன. அவைகள் ஆறு திருமுறை களாக வகுக்கப்பட்டுள்ளன. ஆறாந் திருமுறையில் தான் முற்போக கான கருத்துக்கள் நிறைந்த பாடல்கள் மிகுந்திருக்கின்றன. உலக மக்கள் ஒன்றுபட்ட ஒரே சமுதாயமாக வாழவேண்டும் என்பதே இராமலிங்கரின் கருத்து.

முதல் ஐந்து திருமுறைகளில் எவ்வளவு பாடல்கள் அடங்கி யிருக்கின்றனவோ அவைகளை விட அதிகமான பாடல்கள் ஆறாம் திருமுறை ஒன்றில் மட்டும் அடங்கியிருக்கின்றன. உலகைச் சீர்திருத்தவே என்னைக் கடவுள் அனுப்பினார் அவரே எனக்குப் பல உண்மைகளை அறிவுறுத்தினார்; நான் பசித்திருக்கும் போது உணவளித்துக் காப்பாற்றினார்; அவருடைய திருவருத் துணைக் கொண்டே நான் மக்களைச் சீர்திருத்த எண்ணுகின்றேன் என்றெல்லாம் அவர் பாடல்களில் காணப் படுகின்றன அவர் இருந்த காலத்தில் மக்கள் கடவுள் அருள் பெற்றவர்கள் என்று சொல்லப்படுகின்றவர்களிடந் தான் மதிப்பும் மரியாதையும் காட்டிவந்தனர். ஆதலால் தன் சொல்லுக்கு மக்களிடம் மதிப்பு ஏற்படவேண்டும் என்பதற்காகவே இவ்வாறு கூறினார் என்றுதான் கொள்ளவேண்டும்.

பண்டைத் தமிழ் நூல்களைப் படிப்போர். தமிழர்கள் காலத்துக்குக் காலம் எவ்வாறு முன்னேறி வந்திருக்கின்றனர். என்பதைக் காண்பார்கள். அரசியல், சமுதாயம், பழக்க வழக்கங்கள், கொள்கைகள், வாழ்க்கை முறைகள் இவைகளிலே மக்கள் முன்னேறி வருவதுதான் இயல்பு இந்த இயல்பைப் பண்டை இலக்கியங்கள் காட்டுகின்றன இத்தகைய இயற்கை முன்னேற்றத்தை ஒட்டியே இராமலிங்கரின் கருத்துக்களும் கொள்கைகளும் வளர்ந்திருக்கின்றன. இவ்வுண்மையை அவரது ஆறாந்திருமுறைப் பாடல்களைப் படிப்போர் அறியலாம்.

அவைகளை எடுத்துக் காட்டுவதே வடலூரார் வாய்மொழி என்னும் இப்புத்தகத்தின் நோக்கமாகும்.

சென்னை
31.03.1959

சாமி.சிதம்பரனார்

வடலூரரார் வாய்மொழி

1. இராமலிங்கர் வரலாறு

தமிழகத்திலே பத்தொன்பதாம் நூற்றாண்டிலே பல பெரும்புலவர்கள் வாழ்ந்தனர். மகாவித்வான் மீனாட்சி சுந்தரம் பிள்ளை, யாழ்ப்பாணத்து ஆறுமுக நாவலர், காஞ்சி சபாபதி முதலியார், மயிலை சண்முகம் பிள்ளை, சி.வை. தாமோதரம் பிள்ளை, பேராசிரியர் சுந்தரம் பிள்ளை, முன்சீப் வேதநாயகம் பிள்ளை, சிதம்பரம் இராமலிங்கம் பிள்ளை இவர்கள் குறிப்பிடத் தக்கவர்கள். இன்னும் பல புலவர்களும் வாழ்ந்தனர்.

பத்தொன்பதாம் நூற்றாண்டைத் தமிழ் மறுமலர்ச்சியின் ஆரம்ப காலம் என்று கூறலாம். இக்காலத்துப் புலவர் பெரு மக்களிலே இன்று பொது மக்களால் கொண்டாடப்படும் மாபெரும் புலவர் சிதம்பரம் இராமலிங்கம் பிள்ளை அவர்கள்.

வடலூரரார், வள்ளலார், இராமலிங்க சுவாமிகள், இராமலிங்க அடிகள், அருட்பெருஞ்சோதி அடிகள், சமரச சுத்த சன்மார்க்க ஞானி என்ற பல பெயர்களால் இன்று இவர் அழைக்கப்படுகிறார். இவரை இன்று பல மக்கள், அவதார புருஷராகக் கருதுகின்றனர்; இவர் படத்தை வைத்துப் பூசிக்கின்றனர்; இவர் பாடிய செய்யுட்களைப் பாடி ஆனந்தமாக ஆடுகின்றனர்; இவருடைய பாடல் தொகுதியை வைத்து மலரிட்டுத் தூபதீபங் காட்டிப் போற்றுகின்றனர்.

பத்தொன்பதாம் நூற்றாண்டிலே தமிழகத்தில் வாழ்ந்த தமிழ்ப் புலவர்களிலே நூலாசிரியர்கள் உண்டு; உரையாசிரியர்கள் உண்டு; ஆராய்ச்சியாசிரியர்கள் உண்டு; பதிப்பாசிரியர்கள் உண்டு; பலருக்குத் தமிழ் நூல்களைப் பாடஞ் சொல்லிய போதகாசிரியர்கள் உண்டு. இவர்கள் எல்லோரினும், தெய்வத் தன்மை பொருந்திய பெரியராகத் தமிழ் மக்களால் போற்றப்படுகின்றவர் வடலூர் வள்ளலார் ஒருவர்தான்.

இப் பெரியார்1823-ஆம் ஆண்டு அக்டோபர் மாதத்தில், சிதம்பரத்தை அடுத்துள்ள மருதூரிலே பிறந்தார்.

இவர் தந்தையார் பெயர் இராமய்யா பிள்ளை. கருணீகர் குலத்தவர். கிராமக் கணக்கர்; நல்ல தமிழ்ப் பயிற்சியுள்ளவர்; சிவபக்தியிலே சிறந்தவர். முதல் ஐந்து மனைவிகளை முறையே மணந்து இழந்தவர்; ஆறாவது மனைவியாகச் சின்னம்மை என்பவரை மணந்தார். அம்மையார் பிறந்த ஊர் சென்னைக்கு அருகில் உள்ள பொன்னேரி.

இராமலிங்கம், கடைசிப்பிள்ளையாக இராமய்யா-சின்னம்மை தம்பதிகளுக்குப் பிறந்தார். சபாபதி பிள்ளை, பரசுராமபிள்ளை என்போர் இராமலிங்கத்தின் மூத்த சகோதரர்கள். சுந்தரம்மாள், உண்ணாமலை அம்மாள் இருவரும் மூத்த சகோதரிகள்.

ஐந்தாவது பிள்ளையாக இராமலிங்கத்தை அனைவரும் அன்புடன் வளர்த்து வந்தனர். அக்காலத்தில்-இராமலிங்கம் குழந்தைப் பருவத்தில் இருக்கும்போதே தந்தையார் இராமய்ய பிள்ளை மண்ணுலகை விட்டு மறைந்தார்.

அன்னை சின்னம்மையார், மருதூரை விட்டுப் புறப்பட்டார். குழந்தைகளுடன், பிறந்தகமாகிய பொன்னேரியை அடைந்து

சில காலம் வாழ்ந்தார். பிறந்த 1824-ல் சென்னையிலேயே தமது மக்களுடன் குடியேறினார்.

இராமலிங்கத்தின் மூத்த சகோதரர் சபாபதி பிள்ளை காஞ்சி சபாபதி முதலியாரிடம் முறையாகத் தமிழ்க் கல்வி பயின்றார்; பிரசங்கம் செய்யும் திறமைப் பெற்றார்; புராணப் பரிசங்கத்தில் வல்லுநரானார்; இதன் மூலமே குடும்ப வாழ்க்கை நடைபெற்று வந்தது. சபாபதி பிள்ளை சிறந்த பிரசங்கியராகப் போற்றப்பட்டார்.

சபாபதி பிள்ளை, தம்பி இராமலிங்கத்திடம் அன்பு பாராட்டினார்; அவரைச் சிறந்த தமிழ்ப் புலவராக்க எண்ணினார்; தாமே அவருக்குத் தமிழ் நூல்களைப் போதித்து வந்தார். இராமலிங்கமும் தமிழ்க் கல்வியிலே தேர்ந்தார்; பிரசங்கம் செய்யவும் வல்லுநரானார்; செய்யுள் பாடும் திறமையும் பெற்றார். இவரைப் பொது மக்கள் சிதம்பரம் இராமலிங்கம் பிள்ளை என்று அழைத்து வந்தனர்.

இராமலிங்கம் பிள்ளை தமது ஏழாவது வயதிலேயே அறிவிலே சிறந்து விளங்கினார்; இறைவனிடம் அன்பு செலுத்து வதிலே ஈடுபட்டிருந்தார்; ஒழுக்கத்திலே ஒப்பற்ற வராயிருந்தார். அனைவரும் அவருடைய அறிவையும் ஒழுக்கத்தையும் பாராட்டு வராயினர்.

இராமலிங்கம் பிள்ளை தமது ஒன்பதாம் வயதிலேயே சிறந்த செய்யுட்களை இயற்றும் திறமை பெற்றிருந்தார்.

இவர் சென்னையிலிருந்து நாள்தோறும் திருவொற்றியூருக்குப் போவார்; ஒற்றியூரனை உள்ளத்திலே வைத்துக் கனிந்துருகிக் கவிகள் பாடுவார். இறைவனை வணங்குவது, இன்சுவைக் கவிகள் புனைவது, தமிழ் கற்க விரும்புவோர்க்குத் தமிழ் கற்பிப்பது, ஐயமுற்றுக் கேள்விகள் கேட்போர்க்குத் தக்க

விடையளித்து ஐயந் தீர்ப்பது இவை போன்ற செயல்களிலேயே அவர் எப்பொழுதும் ஈடுபட்டிருந்தார்.

சென்னைக் கந்தசாமிக் கோயிலுக்கும் செல்வார்; முருகனைக் கண்டு உருகிப் பாடுவார். இவ்வாறு அன்பு நெறியிலேயே காலங்கடத்தி வந்தார். பணத்தைப் பற்றி இவர் சிறிதும் கவலைப்பட்டதேயில்லை. குடும்ப வாழ்விலே இவருக்குப் பற்றும் உண்டாகவில்லை; மணம் புரிந்துகொண்டு இல்லற வாழ்வு நடத்த வேண்டும் என்ற எண்ணம் இவரிடம் எழவே யில்லை.

இந்நிலையில், அண்ணனும், அன்னையும் இவரைத் திருமணம் செய்து கொள்ளும்படி வற்புறுத்தினர்; அக்காள் பெண்ணையே மணம் புரிந்து வைத்தனர். பெயருக்குத்தான் திருமணம்; மணவாழ்க்கையில் இவர் ஈடுபடவே இல்லை.

இதன்பிறகு இவர் தனியாகச் சிதம்பரத்திற்குச் சென்று வாழ்ந்தார். அங்கிருக்கும் போது பல ஊர்களுக்கும் சென்று திரும்புவது வழக்கம். பல அறிஞர்களும் இராமலிங்கம் பிள்ளையிடம் வருவார்கள்; அவருடன் உரையாடிச் செல்வார்கள். இக்காலத்தில் தான் இவர் இராமலிங்க சுவாமிகள் என்று அழைக்கப்பட்டார்.

இராமலிங்க சுவாமிகளின் பாடல்கள் அருட்பா என்னும் பெயரில் வெளிவரத் தொடங்கின. அவற்றை அறிஞர்கள் பலர் போற்றினர்; பக்தர்கள் பலர் பராட்டினார்கள்.

இராமலிங்க சுவாமிகள் 1858-ம் ஆண்டில் வடலூருக்கு வந்து சேர்ந்தார். வடலூரை அடுத்த கருங்குழியை உறைவிடமாகக் கொண்டார். அப்பொழுது அவருக்கு வயது 45. அக் காலத்தில் வடலூரின் பெயர் பார்வதிபுரம் என்பது. அங்கு நின்று பார்த்தால் சிதம்பரத்தின் நான்கு கோபுரங்களும் நன்றாகத்

தெரியும். தில்லைக்கு வடக்கே இவ்வூர் அமைந்திருப்பதால் வடலூர் என்று பெயர் பெற்றது.

இராமலிங்க சுவாமிகள் என்னும் வடலூர் அடிகள் 1865-ல் சமரச சன்மார்க்க சங்கத்தை நிறுவினார். அதுவரையில் அவரால் பாடப்பட்டிருந்த பாடல்கள் அருட்பா என்னும் பெயரால் வெளிவந்தன. அவை நான்கு திருமுறைகளாக அமைந்திந்தன. 1867-ஆம் ஆண்டிலே வடலூரில் சத்திய ஞான சபையைத் தொடங்கினார்.

சாதி பேதம் இல்மல் எல்லோரும் ஒன்றுபட்டு இறைவனை வழிபட வேண்டும் என்பதே இச் சபையின் நோக்கம்.

வடலூருக்கு அடுத்த மேட்டுக்குப்பம் என்ற இடத்திலே சித்திவளாகத் திருமாளிகையிலே வள்ளலார் வீற்றிருந்தார். மக்களுக்குச் சன்மார்க்கத்தை உணர்த்தி வந்தார். எல்லா மக்களும், எல்லா மதத்தினரும், எல்லா இனத்தினரும், எல்லா நாட்டினரும் வேற்றுமையின்றி வாழ வேண்டும்; அறிவே ஆண்டவன் என்ற உண்மையை உணர வேண்டும்; அறிவையே இறைவனாக எண்ணி வழிபாடு செய்ய வேண்டும். இறைவன் அருட்பெரும் சோதி, தனிப்பெருங் கருணை என்ற உண்மையை உணர்வது சன்மார்க்கம்; இவ்வுமையை அறிந்தவர்கள் ஒன்று பட்டு வாழ்வது சன்மார்க்க சங்கம் என்பதே வள்ளலார் கொள்கை.

இறுதியாக 1874 ஜனவரியில் இவர் மறைந்தார்; தாம் இருந்த அறையின் வெளிக்கதவைப் பூட்டிக்கொள்ளும்படி தமது மாணவர்களுக்குக் கட்டளையிட்டார். ஒரு குறிப்பிட்ட காலத்திற்குப் பிறகுதான் அவ்வறைக் கதவைத் திறக்க வேண்டும் என்று உத்தரவிட்டார். நான் மீண்டும் இவ்வுலகில் தோன்றுவேன் என்று கூறி மறைந்தார்.

அடிகளின் ஆணைப்படியே அவரை அறைக்குள் வைத்துப் பூட்டி விட்டனர். அடிகள் குறித்தக் காலத்திற்குப்பின் அதைத் திறந்து பார்த்தனர்; அடிகளைக் காணவில்லை. அனைவரும் வியப்பும் திகைப்பும் அடைந்தனர். அடிகள் எங்குச் சென்றார்? எப்படி மறைந்தார்? என்ற உண்மை இன்னும் ஒருவருக்கும் தெரியாது.

நான் மீண்டும் தோன்றுவேன் என்று அடிகள் கூறியது மட்டும் இன்று உண்மையாகி விட்டது. அவர் பூத உடம்புடன் காணப்படவில்லை; ஆனால், புகழுடம்புடன் பிறந்து வளர்ந்து வருகிறார். வள்ளலார் வாழ்ந்த காலத்தில் அவருடைய சமரச சன்மார்க்கத்தைப் பலர் எதிர்த்தனர். அவருடைய பாடல்கள் அருட்பா அல்ல என்றனர். அவரைப் பற்றியும் வசை மொழிகள் கூறினர். இன்றே, வடலூர் அடிகளை அனைவரும் போற்றுகின்றனர். தமிழ் மக்கள் உள்ளங்களில் வடலூரார் குடிபுகுந்து வருகின்றார்; உலக மக்கள் உள்ளங்களிலும் அவருடைய சமரச சன்மார்க்க கொள்கைகள் குடியேறி நிலைத்து வருகின்றன.

இன்று உலகிலே வளர்ந்து வரும் கருத்துக்களையும், வடலூர் அடிகளின் வாய்மொழிகளையும் ஒத்திட்டுப் பார்ப் போர்க்கு இவ்வுண்மை விளங்கும்.

அருட்பெரும் சோதி ! தனிப்பெரும் கருணை! என்பதே வள்ளலாரின் முழக்கம். இம்முழக்கம் இன்று தமிழகம் எங்கும் ஒலிக்கிறது. இறைவன் எல்லையற்ற சோதி வடிவானவன்; ஒளியே அவன் உருவம்; ஒப்பற்ற கருணையே அவனுடைய பண்பு; அறிவும் கருணையுமே இறைவன் என்பதுதான் இம் முழக்கத்தின் பொருள்.

1823 அக்டோபர் மாதத்திலே தோன்றிய தமிழகத்தின் அறிவுச் சுடர்-வடலூர் வள்ளலார்-இராமலிங்க அடிகள்-*1874*

ஜனவரி மாத இறுதியிலே மறைந்தது! வடலூரார் இவ்வுலகில் வாழ்ந்த காலம் 51 ஆண்டுகள்தான். இந்த ஆண்டுகளிலே இவர் தமிழகத்திற்கு-தமிழ் மக்களுக்கு தமிழ் மொழிக்குச் செய்திருக்கும் பணி அளவற்றது.

2. திருஅருட்பா

இராமலிங்க சுவாமிகளின் பாடல்களுக்குட் திரு அருட்பா என்று பெயர். இது ஆறு திருமுறைகளாக அமைந் திருக்கின்றது. எல்லாம் தோத்திரப் பாடல்கள். சுவாமிகளின் புலமைத் திறத்தை இப்பாடல்களிலே காணலாம்.

அச்சிலே வெளிவந்திருக்கும் அருட்பாவில் 6500-க்கு மேற்பட்ட பாடல்கள் அடங்கியிருக்கின்றன. அடிகளின் பாடல்கள் பல இன்னும் அச்சில் வராமல் இருக்கின்றன என்றும் கூறுகின்றனர்.

இராமலிங்க அடிகள் கவிஞர் மட்டும் அன்று; உரைநடை ஆசிரியர்; உரையாசிரியர். உரைநடையிலே பல செய்திகளை எழுதியிருக்கின்றார். சீவகாருண்ய விளக்கம், மனுமுறை கண்ட வாசகம் என்னும் உரைநடை நூல்கள் பலராலும் பாராட்டப்படுகின்றன; அவைகளிலே, சிறந்த கருத்துக்கள் பலவற்றைக் காணலாம்.

வள்ளலார்க்கு இசைத்தமிழ் உணர்ச்சியும் உண்டு. இதை அவர் பாடியிருக்கும் இசைப் பாடல்களால் அறியலாம். கீர்த்தனை போன்ற பாடல்களும், அருட்பாவிலே காணப்படுகின்றன.

வள்ளலார் சிறந்த மருத்துவராகவும் விளங்கினார். மக்கள் உடலை நோயின்றி வைத்துக்கொள்வது எப்படி என்பதற்கான வழிகளை உரைநடையிலே எழுதியிருக்கின்றார். நித்திய ஒழுக்கம் என்னும் உலகியல் என்ற தலைப்பிலே அவர் எழுதியிருக்கும் உரைநடை குறிப்படத்தகக்கது. அதில் அவருடைய மருத்துவ நூல் அறிவைக் காணலாம்.

இராமலிங்க அடிகள் ஆழ்ந்த சிவபக்தி உள்ளவர்; ஆயினும் அவர் உள்ளத்திலே பிற மத வெறுப்போ, பிற தெய்வ நிந்தனையே குடியேறவேயில்லை. சிவபெருமானைப் பற்றி, முருகனைப் பற்றி, விநாயகரைப் பற்றி, வடிவுடை மாணிக்கம், பெரியநாயகி அம்மை முதலிய சக்தி வடிவங்களைப் பற்றி அவர் பாடியிருக்கும் பாடல்கள் படிப்போர் உள்ளத்தை உருக்குவன.

இலக்குமி, கலைமகள், திருவெவ்வளூர் வீரராகவப் பெருமாள், இராமபிரான், திருஞானசம்பந்தர், நாவுக்கரசர், சுந்தரர், மணிவாசகர் இவர்களைப்பற்றி அவர் பாடியிருக்கும் பாடல்கள் சிறந்து விளங்குகின்றன.

அருட்பாப் பாடல்கள்; இனிய பாடல்கள்; எளிய பாடல்கள்; பலருக்கும் பொருள் விளங்கும் பாடல்கள். இவைகள் மட்டும் அல்ல; பல சிறந்த முற்போக்கான கருத்துக்கள் இப்பாடல்களிலே காணப்படுகின்றன; சிறந்த அறிவுரைகளும் அமைந் திருக்கின்றன. 19 ஆம் நூற்றாண்டிலே பிறந்த தமிழ்ப் பாடல்களிலே இராமலிங்க அடிகளின் பாடல்களுக்கு இணையாக எதையும் சொல்ல முடியாது.

தெய்வ மணிமாலை என்பது ஐந்தாம் திருமுறையில் உள்ளது; 31 பாடல்களைக் கொண்டது; சென்னைக் கந்தசாமிக் கோவிலில் குடிகொண்டிருக்கும் முருகனைப்பற்றிப் பாடியது. அதில் ஒரு பாடல்:

ஒருமையுடன் நினது திரு மலர்அடி நினைக்கின்ற
உத்தமர்தம் உறவு வேண்டும்;
உள் ஒன்று வைத்துப் புறம்ஒன்று பேசுவார்
உறவுகல வாமை வேண்டும்;
பெருமைபெறும் நினதுபுகழ் பேச வேண்டும்; பொய்மை

பேசாது இருக்க வேண்டும்;
மருவுபெண் ஆசையை மறக்கவே வேண்டும்; உனை
மறவாது இருக்க வேண்டும்;
மதிவேண்டும்; நின்கருணை நிதி வேண்டும்; நோயற்ற
வாழ்வில்நான் வாழவேண்டும்;
தருமம்மிகு சென்னையில் கந்தகோட் டத்துள்வளர்
தலம்ஓங்கு கந்த வேளே!
தண்முகத் துய்யமணி! உண்முகச் சைவமணி
சண்முகத் தெய்வ மணியே!

நல்லவர் நட்பு வேண்டும்; வஞ்சகர் உறவு கூடாது; எப்பொழுதும் இறைவனைப் பற்றியே பேச வேண்டும்; பொய் பேசக் கூடாது; பெண்ணாசை கூடாது; இறைவனை மறத்தல் கூடாது; நல்லலறிவு வேண்டும். இறைவன் கருணை வேண்டும்; நோயின்றி நல்லுடம்புடன் இவ்வுலகில் வாழ வேண்டும் என்ற கருத்துக்களை இப்பாடலிலே காணலாம். சிறந்த கருத்துக்களை எளிய நடையிலே கூறியிருக்கும் இதுபோன்ற பாடலை வேறு எங்கும் காணமுடியாது.

ஸ்ரீ ராமநாமத் திருப்பதிகம் என்ற தலைப்பில் 10 பாடல்கள் ஆறாம் திருமுறையில் காணப்படுகின்றன. அதில் ஒரு பாடல்:

அறம்பழுக்கும் தருவே! என் குருவே! என்தன்
ஆருயிருக்கு ஒரு துணையே! அரசே! பூவை
நிறம்பழுக்க அழகு ஒழுகும் வடிவக் குன்றே
நெடும்கடலுக்கு அணையளித்த நிலையே! வெய்ய
மறம்பழுக்கும் இலங்கை ராவணனைப் பண்டு ஓர்
வாளியினால் பணிகொண்ட மணியே! வாய்மைத்
திறம்பழுக்கும் சீராமா! வள்ளலே நின்
திருவருளே அன்றிமற்றோர் செயல் இலேனே.

இராமனைப் போற்றும் இப்பாடலிலே அமைந்திருக்கும் சிறந்த கருத்து குறிப்பிடத்தக்கது. இராமனை அறத்தின் வடிவம், உண்மையின் உருவம் என்று குறிப்பிடுகின்றார். அறம் பழுக்கும் தருவே! வாய்மைத் திறம்பழுக்கும் சீராமா என்ற தொடர்கள் இவ்வுண்மையை உணர்த்துகின்றன. கொடிய பாவத்தின் உருவமே இராவணன் என்று குறிப்பிடுகின்றார். வெய்ய மறம்பழுக்கும் இலங்கை ராவணனை என்ற தொடர் இவ் வுண்மையை உணர்த்தும்.

இராமனைப் பற்றியும், இராவணனைப் பற்றியும் கம்பன் கொண்ட கருத்தை இச்செய்யுளிலே காணலாம். அறம் வெல்லும்; பாவம் தோற்கும் என்ற இராமாயணத்தின் மூலக் கருத்தையும் இப்பாடலிலே காணலாம்.

திருஅருட்பாவில், முதல் ஐந்து திருமுறைகளைக் காட்டிலும் ஆறாம் திருமுறையிலே அரும்பொருள்கள் பல அடங்கியிருக் கின்றன. மூடநம்பிக்கைகள், சாதிபேதம், மதவெறி, அரசியல் கொடுமை, ஏழைகளைத் துன்புறுத்தும் வஞ்சகர்கள் வாழ்வு இவைகளையெல்லாம் வன்மையாகக் கண்டிக்கும் பாடல்கள் நிரம்பியிருக்கின்றன.

மனிதன் படிப்படியாக அறிவியேல சிறந்து வளர்ந்து வருகிறான். நல்லவர்கள்., உண்மையைக் காண வேண்டும் என்ற உணர்ச்சியுள்ளவர்கள், வயதேற வயதேற அறிவு வளர்ச்சி பெறுவது இயற்கை. இந்த உண்மையை இராமலிங்க சுவாமிகளின் பாடல்கள் எடுத்துக் காட்டுகின்றன. அருட்பாவை முதலிலிருந்து இறுதிவரையிலும் படிப்போர் இவ்வுண்மையை உணர்ந்துகொள்ளலாம்.

இன்று இராமலிங்க அடிகளைக் கொண்டாடுவோர் பலர்; ஆயினும் அவர் கருத்தைப் பின்பற்றி நடப்போர் சிலராவது உண்டா என்பது சந்தேகந்தான். சுரண்டலைக் கண்டிக்கும்

இராமலிங்க அடிகளை, சுரண்டுவோர்கள் தங்களுக்கு மறைவிடமாகப் பயன்படுத்திக் கொள்ளுகின்றனர். மூடநம்பிக்கையாளர்கள், சாதிபேதம் பாராட்டுவோர், பிறருக்குத் தீமை செய்ய அஞ்சாதவர்கள் இவர்களெல்லாம் கூட இராமலிங்க அடிகளைத் தங்களை மறைக்கும் திரைச்சீலையாகப் பயன்படுத்திக் கொள்ளுகின்றனர்.

இராமலிங்க அடிகள் உலகம் திருந்த வேண்டும் என்று எண்ணினார்; உலக மக்கள் ஒருவரோடு ஒருவர் அன்பு பாராட்டி ஒன்றுபட்டு வாழ வேண்டும் என்று எண்ணினார்; மனிதர்க்கு மனிதர் கொடுமை செய்யும் மிருகத்தனம் உலகை விட்டு ஒழிய வேண்டும் என்று நினைத்தார். அவர்தம் எண்ணங்கள் முழு வதையும் இனிய பாடல்களிலே பாடி வைத்திருக்கின்றார்.

அருட்பாவைப் படிப்போர், பாடல்களின் கருத்தறிந்து படிக்கவேண்டும். கருத்தறிந்து பாடவேண்டும். சிறப்பாக, ஆறாம் திருமுறையிலே அவர் பாடியிருக்கும் செய்யுட்களின் சிறந்த கொள்கைகளை மக்கள் புரிந்துகொள்ள வேண்டும். இராமலிங் கரிடம் அன்புள்ளவர்கள் இப்பணியைச் செய்ய வேண்டும்.

திருவருட்பாவில் உள்ள கொள்கைகள்-கருத்துக்கள்- இராமலிங்க சுவாமிகளின் எண்ணம்-மக்களிடம் பரவுமானால் சிறந்த பயன் உண்டு. மக்களிடம் உள்ள அறியாமை ஒழியும். அன்பின்மை ஒழியும்; அனைவரும் உண்மை நெறியை உணர்ந்து ஒன்று கலந்து வாழ்வார்கள். இது உண்மை; உறுதியும் ஆகும்.

3. தமிழும் தமிழ் நூலும்

இராமலிங்க அடிகள் தமது தமையனாரிடம் கல்வி பயின்ற காலம் குறைவுதான். எல்லா நூல்களையும் அவரிடமே கற்றறிந்தார் என்று கூறமுடியாது. மூல நூல்களையும் தாமே தமது நுண்ணறிவைக்கொண்டு கற்றறிந்தார்.

என்னைக் கல்வியிற் பயிற்றும் ஆசிரியரை இன்றியே, என் திறத்தில், பயின்று அறிதற்கு அருமை யாகிய கல்விப் பயிற்சியை எனது உள்ளத்தேயிருந்து பயிற்றுவித்து அருளினீர் என்று தனது சத்திய விண்ணப்பத்தில் கூறியிருக்கின்றார். இது அவர் தாமே பல நூல்களையும் பயின்று உண்மை ஞானம் பெற்றார் என்பதை விளக்குவதாகும்.

இராமலிங்க சுவாமிகள் திருக்குறளிலே மிகுந்த பற்றுள்ளவர். திருக்குறளை நன்றாகக் கற்றவர் என்பதை அவருடைய பாடல்கள் காட்டுகின்றன.

செல்லா இடத்துச் சினம்தீது; செல்லிடத்தும்
இல்அதனில் தீயது; என்றது எண்ணிலையே! - மல்லல்பெறத்
தன்னைத்தான் காக்கின், சினம்காக்க; என்றதனைப்
பொன்னைப்போல் போற்றிப் புகழ்ந்திலையே! - துன்னி
அகழ்வாரைத் தாங்கும் நிலம்போல என்னும்
திகழ்வாய்மையும்நீ தெளியாய்!

இவைகள் முதல் திருமுறையிலே நெஞ்சறிவுறுத்தல் என்னும் பகுதியிலே காணப்படுகின்றவை. இவைகள் அப்படியே திருக்குறளை அமைத்துப் பாடிய பாடல்கள்.

செல்லா இடத்தும் சினம்தீது; செல்இடத்தும்
இல்அதனில் தீயபிற.

தன்னைத்தான் காக்கின் சினம்காக்க; காவாக்கால்
தன்னையே கொல்லும் சினம்.

அகழ்வாரைத் தாங்கும் நிலம்போலத் தம்மை
இகழ்வார்ப் பொறுத்தல் தலை.

என்ற குறட்பாக்களின் சொற்றொடர்களையும், கருத்துக்களையும் அப்படியே இராமலிங்க அடிகள் எடுத்தாண்டுள்ளார்.

உறங்குவதுபோலும் என்ற ஒண்குறளின் வாய்மை,
மறம்கருதி அந்தோ! மறந்தாய்!

நெருநல் உளன்ஒருவன் என்னும் நெடும்சொல்
மருவும் குறட்பா மறந்தாய்!

என்று திருக்குறளின் பெயரையே குறிப்பிட்டுப் பாடுகின்றார். இவையும் நெஞ்சறிவுறுத்தலில் காணப்படுவன.

உறங்குவது போலும் சாக்காடு; உறங்கி
விழிப்பது போலும் பிறப்பு.

நெருநல் உளன்ஒருவன் இன்றுஇல்லை; என்னும்
பெருமை உடைத்துஇவ் வுலகு.

என்ற இரண்டு குறள்பாக்களை மேலேகாட்டிய அடிகளில் குறித்திருப்பதைக் காணலாம்.

தாயுமானர் தத்துவங்களை இராமலிங்கர் பாராட்டினார்; பின்பற்றினார் என்று கூடக் கூறலாம். தாயுமானார் பாடல்கள், சித்தர் பாடல்கள் இவைகள் எல்லாம் மத வெறுப்பைக் கண்டிப்பவை; மூடநம்பிக்கைகள் பலவற்றை அகற்றுவன; சமரச மனோபாவத்தை மக்களிடம் பரப்புவன. தாயுமானவர் பாடல்கள், சித்தர் நூல்கள் இவைகளையெல்லாம் வள்ளலார் படித்தறிந்தவர் என்பதிலே ஐயம் இல்லை.

இன்று இருந்தார் நாளைக்கு இருப்பதுபொய் என்று அறவோர்
நன்று இருந்த வார்த்தைநீ நாடிலையே!

இது தாயுமானவர் பாடலிலே சச்சிதானந்த சிவம் என்ற பகுதியில் உள்ள ஒரு செய்யுளை நினைவூட்டுகின்றது.

இனிஏது எமக்குஉன் அருள்வாருமோ எனக்கருதி
ஏங்குதே நெஞ்சம் ஐயோ!
இன்றைக்கு இருப்பாரை நாளைக்கு இருப்பர் என்று
எண்ணவோ திடம் இல்லையே;
அநியாய மாய்இந்த உடலைநான் என்றுவரும்
அந்தகற்கு ஆள் ஆக்கவோ;
ஆடிட் திரிந்துநான் கற்றதும் கேட்டதும்
அவலமாய்ப் போதல் நன்றோ!
கனியேனும், வறியசெங் காயேனும், உதிர்சருகு
கந்தமூ லங்க ளேனும்,

கனல்வாதை வந்துஎய்தின், அள்ளிப் புசித்துநான்
கண்மூடி மெளனி யாகித்
தனியே இருப்பதற்கு எண்ணினேன்; எண்ணம் இது
சாமிநீ அறியா ததோ!
சர்வபரி பூரண அகண்டதத் துவமான
சச்சிதா னந்த சிவமே.

இது தாயுமானவர் பாடல். இராமலிங்கர் கருத்தைக் கவர்ந்த செய்யுள். இந்தச் செய்யுளையே மேலே கண்ட அடிகளில் குறித்துக் காட்டினார்.

இராமலிங்க அடிகள் மூவர் தேவாரத்தை முறையாகப் படித்தவர்; அப்பாடல்களிலே உள்ளத்தைப் பறிகொடுத்தவர் திருவாசகத் தேனைத் தெவிட்டாமல் பருகியவர். இவ்வுண்மை களை அவருடைய பாடல்களை காட்டுகின்றன.

நான்காவது திருமுறையிலே நால்வரைப் பற்றியும் பாடிய பாடல்கள் காணப்படுகின்றன. ஆளுடைய பிள்ளையார் அருள்மாலை என்பது 11 பாடல்களைக் கொண்டது; சம்பந்தர் பெருமையைப் பாடுவது. ஆளுடைய அரசு அருள்மாலை என்பது 10 பாடல்களைக் கொண்டது; நாவுக்கரசரைக் குறித்துப் பாடியது ஆளுடைய அடிகள் அருள்மாலை என்பது சுந்தர மூர்த்தியைக் குறித்தது. 10 பாடல்களைக் கொண்டது இவை களைப் படித்தால் சம்பந்தர், நாவுக்கரசர், சுந்தரர் மணிவாசகர் நால்வர் பாலும் வள்ளலார் எவ்வளவு ஈடுபாடுள்ளவராயிருந்தார் என்பதைக் காணலாம்.

வான்கலந்த மாணிக்க வாசக! நின் வாசகத்தை
நான்கலந்து பாடும்கால், நற்கருப்பஞ் சாற்றினிலே
தேன்கலந்து, பால்கலந்து செழுங்கனித்தீஞ் சுவைகலந்து என்
ஊன்கலந்து, உயிர்கலந்து, உவட்டாமல் இனிப்பதுவே

என்ற பாடல் ஆளுடைய அடிகள் அருள்மாலையுள் ஒன்று. இதனால் திருவாசகத்தில் இவருக்குள்ள அன்பைக் காணலாம்.

தேவார, திருவாசகங்களின் சாரம் எல்லாம், அருட்பாவில் அடங்கியிருக்கின்றன என்பதில் ஐயம் இல்லை.

அகப்பொருள் துறைகளை அமைத்துப் பாடிய பாடல்கள் அருட்பாவிலே பல உண்டு. அவைகள் எல்லாம் அடிகளின் பரந்த தமிழ் நூல் பயிற்சியை விளக்குவன.

தமிழ் மொழியிலே பக்தி நூல்கள் ஏராளம்; கடவுள் பெருமையைக் கூறும் நூல்கள் கணக்கில் அடங்கா. சூதவாரம், திருவாசகம், நாலாயிரப் பிரபந்தம், திருப்புகழ் இவைகள் எல்லாம் பக்தி நெறியைப் பரப்புவன. இவைகளைத் தவிர எத்தனையோ கலம்பகங்கள், அந்தாதிகள், மாலைகள், பிள்ளைத்தமிழ்கள், கோவைகள், உலாக்கள், புராணங்கள் பக்திச்சுவையை ஊட்டுவனவாக அமைந்திருக்கின்றன. தமிழில் இருக்கின்ற அவ்வளவு பக்தி நூல்கள் வேறு எம்மொழியிலும் இல்லையென்று கூறிவிடலாம்.

இக்காரணத்தால், இவ்வுலக வாழ்வை வெறுத்தவர்கள் துறவறமே சிறந்தது என்று எண்ணுகின்றவர்கள்-பக்தி மார்க்கமே மக்களாய்ப் பிறந்தவர்கள் பயன்பெறும் மார்க்கம் என்று நம்பு கின்றவர்கள்-தமிழ் மொழிதான் எம்மொழியினும் சிறந்தது என்று கூறுகின்றனர். இந்த உண்மையை இராமலிங்க அடிகள் எடுத்துக் காட்டியிருக்கின்றார்.

இடம்பத்தையும், ஆரவாரத்தையும், பிரயாசையையும் பெருமறைப்பையும், போதுபோக்கையும் உண்டுபண்ணுகிற ஆரியம் முதலிய பாஷைகளில் எனக்கு ஆசை செல்லவொட்டாது. பயிலுதற்கும் அறிதற்கும் மிகவும்

லேசுடையதாய், பாடுதற்கும் துதித்தற்கும் மிகவும் இனிமையுடையதாய், சாகாக்கல்வியை மிகவும் இலேசில் அறிவிப்பதாய் திருவருள் வலத்தால் கிடைத்த தென்மொழி ஒன்றினிடத்தே மனம் பற்றச்செய்து அத்தென் மொழியால் பலவகைத் தோத்திரப் பாட்டுக்களைப் பாடுவித் தருளினீர் என்று சத்திய விண்ணப்பத்தில் வள்ளலார் கூறுகின்றார். இதனால் அவர் தமிழ் மொழியின்மேல் கொண்டிருந்த அன்பையும், ஆர்வத்தையும் காணலாம்.

இராமலிங்க அடிகளின்மேல் அளவு கடந்த பக்தியுள்ளவர்கள் பலர் உண்டு. அவர்களில் சிலர் அடிகள் படிக்கவே இல்லை; எல்லாவற்றையும் இறைவன் அருளால் உணர்ந்தார் என்று கூறுகின்றனர். இது உண்மையன்று என்பதை அவருடைய அருட்பாவால் உணரலாம் அவர் தமிழ்நூல் பலவற்றையும் கசடறக் கற்றறிந்து பெரும் புலவர் என்பதை மேலே காட்டிய உதாரணங்களால் அறியலாம்.

4. சமரச சன்மார்க்கம்

இரக்கமே சன்மார்க்கத்திற்கு வழிகாட்டும்; சன்மார்க்கத்தில் நடக்கச் செய்யும்: துன்மார்க்கத்திலே நுழையவிடாமல் தடுத்து நிறுத்தும் என்பது இராமலிங்க அடிகள் கருத்து.

சத் என்பதற்கு உண்மையென்பது பொருள். மார்க்கம் என்பதற்கு வழி அல்லது நெறியென்பது பொருள். சத் மார்க்கம் என்பதற்கு உண்மைநெறி என்று பொருள். சத் மார்க்கம் என்ற வடமொழித் தொடர் சன்மார்க்கம் என்று தமிழுருவாகி நின்றது. இதனுடன் சமரசம் சேர்ந்து சமரச சன்மார்க்கம் ஆயிற்று.

சன்மார்க்க நெறி என்பது எல்லோருக்கும் பொதுவானது. அதற்குச் சாதி, சமய, இன, நிற பேதங்கள் ஒன்றும் இல்லை எந்தச் சாதியினரும், எந்த இனத்தினரும், எந்த மதத்தினரும் சன்மார்க்க நெறியை அடைய முடியும். ஆனால் ஒரே ஒரு நிபந்தனைதான் அதற்குண்டு. அந்த நிபந்தனை என்ன?

யாராயிருந்தாலும் சரி, உள்ளம் குழைவுடையவராய் இருக்க வேண்டும்; நெஞ்சிலே இரக்கம் நிரம்பியவராயிருக்க வேண்டும். மற்ற உயிர்கள் படும் துன்பத்தைக் கண்டால் மனம் இரங்க வேண்டும்; உள்ளம் உருக வேண்டும்; தம்மையறியாமலே கண்ணீர்த் தாரை வெளிப்பட வேண்டும், இதுவே இரக்கத்தின் இயல்பு.

இந்த அனுதாபத்தோடு அந்த இரக்கம் தேங்கித் திகைத்து நின்றுவிடக் கூடாது. துன்பப்படும் உயிர்களின் துக்கத்தைத்

துடைக்க முந்த வேண்டும். தம்மால் முடிந்த வரையிலும் முயன்று அவ்வுயிர்களின் துக்கத்தைப் போக்க வேண்டும். அவை மகிழ்ந்து வாழும்படி செய்ய வேண்டும். இதுவே இரக்கத்தின் செய்கை; நடத்தை; முயற்சியாகும்.

உண்மையான இரக்கம் ஒருவகை வேற்றுமையும் பாராட்டாது. மனத்திலே மட்டற்ற கருணையுள்ளவர்கள் யார் துன்புற்றாலும் பார்த்துக் கொண்டிருக்க மாட்டார்கள். மரஞ் செடி கொடிகள் துன்புறுவதாகத் தோன்றினாலும் உதவி செய்யத் துடிதுடிப்பார்கள்; பறவை விலங்குகள் பதைபதைத்தாலும் பார்த்துக் கொண்டிருக்க மாட்டார்கள்; பரிந்து சென்று உதவி புரிவார்கள்.

பழந்தமிழகர்கள் இரக்கத்தை உயிரினும் சிறந்ததாகப் போற்றிவந்தனர். அவர்களுடைய உள்ளத்தின் உயர்வை விளக்கும் வரலாறுகள் பல உண்டு.

பாரி என்னும் வள்ளல் வரலாறு பலருக்குத் தெரியும். படர்வதற்குக் கொம்பில்லாமல் தவித்துக் கொண்டிருந்த ஒரு முல்லைக் கொடியைக் கண்டான்; அவன் மனம் பரிதவித்தது. உடனே அதன் தளர்ச்சியைப் போக்க எண்ணினான். உடனே தான் ஏறிவந்த தேரை அதன் பக்கத்திலே நிறுத்திப் படர விட்டான். நடமாடாத கொடிக்கும் நலிவு வராமல் காக்க வேண்டும் என்று எண்ணிய அவன் எண்ணமும் அவன் செய்கையும், அவன் இரக்கமே உருவானவன் என்பதைக் காட்டுகின்றது.

பேகன் என்பவன் மற்றொரு வள்ளல். இவனை வையாவிக் கோப்பெரும் பேகன் என்று கூறுவர். குளிர்காலத்திலே ஒரு மயில் நடுங்கிக் கொண்டிருப்பதைக் கண்டான். குளிரால் தான் அந்த மயில் நடுங்குகிறது என்று நினைத்து விட்டான். அது துன்புறுவதாகத் தன் உள்ளத்திலே துணிந்து விட்டான்.

அவ்வளவுதான்; உடனே தான் போர்த்தியிருந்த போர்வையை எடுத்து அம்மயிலின் மீது போத்தினான்.

பாரி முல்லைக்குத் தேர் கொடுத்ததும், பேகன் மயிலுக்குப் போர்வையளித்ததும் தமிழ் நூல்களிலே பாராட்டப்படுகின்றன; தமிழ்ப் புலவர்களால் போற்றிப் பாராட்டிப் பாடப் பட்டிருக்கின்றன.

இவர்கள் செய்கையைப் பரிகசிக்கும் பகுத்தறிவுவாதிகள் இக்காலத்தில் உண்டு.

முல்லைக்கொடி தவித்தால் பக்கத்தில் உள்ள ஒரு மரக்கிளையை ஒடித்து அதன் அண்டையிலே நடக்கூடாதா? விலையுயர்ந்த தேரைத்தானா அதன் பக்கத்திலே நிறுத்த வேண்டும்?

மயிலுக்குக் குளிரைத் தாங்கும் வல்லமை இயற்கையாகவே உண்டு. அதன் உடம்பில் சிறகுகள் அடர்ந்திருப்பது தட்ப வெப்பப் பாதுகாப்புக்காகத்தான். எல்லாப் பறவைகளும் குளிரையும், வெப்பத்தையும் தாங்கிக்கொள்ளும் இயல்புடையன. ஆதலால், மயில் குளிரால் நடுங்குவதாக எண்ணியதே மடமை என்று வாதாடுவோர் உண்டு.

இரக்கத்தின் சிறப்பை அறிந்தவர்கள் இவ்வாறு வழக்கிட மாட்டார்கள். முல்லைக் கொடி வருந்துவதாக எண்ணினான் பாரி. உடனே உதவிசெய்ய அவன் உள்ளம் விரைந்தது. மரக்கிளையை ஒடிப்பதற்கோ, வெட்டுவதற்கோ, நடுவதற்கோ காலதாமதமாகும். காலதாமதம் இன்றி உடனே செய்யக்கூடிய உதவி தன் தேரை அந்தக் கொடியின் அண்டையில் நிறுத்துவதைத் தவிர வேறு வழியில்லை; ஆதலால்தான் அப்படிச் செய்தான்.

இவனைப் போலவேதான் பேகனும், மயில் குளிரால் நடுங்குவதாக எண்ணியவுடன் அவன் சிந்தனை வேறு ஒன்றிலும் ஓடவில்லை. அதன் நடுக்கத்தைத் தவிர்க்க வேண்டும் என்ற ஒன்றில்தான் நிலைத்தது. ஆதலால், உடனே அவன் தன் போர்வையை அந்த மயிலின் மேல் போர்த்தினான்.

மட்டில்லாத மனவிரக்கமுள்ளவர்களின் செயலுக்குப் பாரியும் பேகனும் உச்சத்தில் ஒளிரும் விளக்குகளாகக் காட்சி யளிக்கின்றனர். ஆதலால்தான் அருந்தமிழ்ப் புலவர்கள் அவர்களைப் பாராட்டினார்கள்.

இரக்கமுள்ளவர்கள் இவ்வாறு கொடி செடிகளிடமும், பறவை விலங்குகளிடமும் பரிவுகாட்டும் போது மக்களிடம் எப்படி நடந்துகொள்ளுவார்கள் என்பதைப் பற்றி நாம் கூற வேண்டியதேயில்லை.

இரக்கமே உருவாகியுள்ளவர்கள், வாழ்க்கையை ஓட்ட முடியாமல் வறுமைச் சேற்றிலே அகப்பட்டுத் தவித்தாலும் சரி, பிறருக்கு உதவிசெய்யப் பின்வாங்க மாட்டார்கள். துன்புறுகின்றவர்கள் என்ன சாதி? என்ன இனம்? என்ன மதம்? என்ன நிறம் என்று எண்ணிப் பார்க்கவே மாட்டார்கள். இவை அவர்கள் கண்களுக்கும் தெரியமாட்டா; இவற்றைப் பற்றி அவர்கள் உள்ளமும் நினைக்காது; அவர்களுடைய துன்பத்தை மட்டுமே உள்ளம் உணரும்; கண்கள் காணும். ஆதலால், உடனே விரைந்து உதவி செய்வார்கள்.

இதுதான் இரக்கத்தின் உயர்ந்த தன்மை. இத்தகைய இரக்கம் உள்ளவர்கள் எல்லாரும் அவர்கள் யாராயிருந்தாலும் சரி அவர்கள் சன்மார்க்கர்கள்; சமரசசன்மார்க்க வாதிகளாவர்.

இத்தகைய சன்மார்க்கர்களுடன் சேர்ந்து வாழவேண்டும். அவர்களுடைய சேர்க்கையால் மகிழ்ச்சியடையலாம்; அன்புடையவர், அறிவுடையவர் என்று அனைவரும் போற்றும் படி வாழலாம்; அறியாமை நீங்கி அறிவுடையவர்களாகவும் வாழலாம், இந்த உண்மையை இராமலிங்க அடிகள் பல பாடல களிலே பாடியிருக்கின்றார்.

தயையுடையார் எல்லாரும் சமரசசன் மார்க்கம்
சார்ந்தவரே! இங்கவர்கள் தம்மோடும் கூடி
நயமுறுதல் அருள்நெறியில் களித்துவிளை யாடி
நண்ணுகவென்று எனக்கிசைத்த நண்புருசற் குருவே!
உயல்உறும்என் உயிர்க்கினிய உறவே! என் அறிவில்
ஓங்கியபே ரன்பே! என் அன்பில் ஊறும் ஒளியே!
மயல்உறுமெய்த் தவர்சூழ்ந்து போற்றும்மணி மன்றில்
மாநடத்துஎன் அரசே! என் மாலை அணிந் தருளே!

கருணையுள்ளவர்கள் அனைவரும் சமரச சன்மார்க்கத்தைச் சேர்ந்தவர்கள் தாம். இவ்வுலகிலே அவர்களுடன் சேர்ந்து சிறந்த நல்ல அருள்நெறியிலே வாழ்ந்து, மகிழ்ந்து விளையாடுவாயாக என்று எனக்குக் கூறிய உண்மையான குருவே! சாகாத என் உயிரோடு இணைந்திருக்கும் உறவே! என் அறிவிலே உயர்ந்து நிற்கும் பேரன்பே ! என் அன்பிலே அமைந்து நிற்கும் பகுத்தறிவே! தவத்திலே ஈடுபட்டவர்கள் சூழ்ந்து நின்று போற்றும் மெய்ப்பொருளே! அழகிய பொது மன்றத்திலே நடனமாடும் அரசே! எனது பாமாலையை அணிந்தருள்ளவாய்!

இதுவே இப்பாடலின் பொருள். சன்மார்க்கத்தைச் சமரச சன்மார்க்கம் என்றே வள்ளலார் குறிப்பிடுகின்றார். சமரசம் என்பது பொது; எல்லோர்க்கும் ஒப்ப முடிந்தது; எல்லோராலும் ஏற்றுக்கொள்ளக் கூடியது. ஆதலால்தான்,

சன்மார்க்கம் எல்லோர்க்கும் பொதுவானது என்ற பொருளிலே சமரசசன் மார்க்கம் என்று குறிப்பிடுகிறார். இக்கருத்தடங்கிய மற்றொரு பாட்டையும் பார்ப்போம்.

அருளுடையார் எல்லாரும் சமரசசன் மாக்கம்
அடைந்தவரே! ஆதலினால் அவருடனே கூடித்
தெருளுடைய அருள்நெறியில் களித்துவிளை யாடிச்
செழித்திடுக! வாழ்க! எனச் செப்பியசற்குருவே!
பொருளுடைய பெருங்கருணைப் பூரணமெய்ச் சிவமே!
போதாந்தம் முதல்ஆறும் நிறைந்தொளிரும் ஒளியே!
மருளுடையார் தமக்குமருள் நீக்கமணிப் பொதுவில்
வயங்குநடத் தரசே! என் மாலையும் ஏற் றருளே!

இப்பாடலிலும் சன்மார்க்கம் என்பது சமரச சன்மார்க்கம் என்றே குறிக்கப்பட்டிருப்பதைக் காணலாம் சமரச சன்மார்க்க உணர்ச்சிக்கு அடிப்படை இரக்கம் ஒன்றேதான் என்பதை இவ்விரு பாடல்களாலும் அறியலாம்.

5. இவ்வுலகில் இன்பம்

மக்கள்வாழப்பிறந்தவர்கள்; இன்பத்திலே இணைந்து நின்று மகிழப் பிறந்தவர்கள். எல்லா இன்பங்களையும் அடைவதற்கு எல்லா மக்களுக்கும் உரிமையுண்டு.

மக்கள் மாண்டு போகப் பிறக்கவில்லை. மாண்டுபோக வேண்டுமானால் ஏன் பிறக்க வேண்டும்? மக்கள் வாழ்க்கையே துன்பத்திற்கு ஊற்றாக இருப்பது என்பது கையாலாகாத பேச்சு; வாழ்க்கையைச் செப்பனிட்டுக் கொள்ள முடியாது என்ற நம்பிக்கையுள்ளவர்களின் சொல். இது இயற்கைக்கு மாறானது; உண்மைக்கு ஒவ்வாதது.

இவ்வுலகிலே பிறந்த எல்லா மக்களும் துன்பத்தைத் துரத்தியடிக்க முடியும்; இன்பக் கடலிலே குதித்து நீந்திக் குதூகலமாக வாழமுடியும். இதுவே மக்கள்பால் அன்பு கொண்ட அறிஞர்கள் கருத்து. இவர்கள்தாம் மனிதாபி மானிகள். இக் கருத்துள்ளார்களின் முயற்சியினால்தான் உலகம் முன்னேற முடியும்.

மனித சக்தியிலே-மக்களுடைய அறிவாற்றல்களிலே நம்பிக்கையற்றவர் கள்தாம் வேறுவிதமாகச் சொல்லுவார்கள். நம்மால் ஒன்றும் நடக்காது; எல்லாம் இறைவன் செயல்; அவனன்றி அணுவும் அசையாது; ஒன்றை நினைக்க அது ஒழிந்திட்டு ஒன்றாகும் என்றெல்லாம் வாய்வேதாந்தம் பேசுவார்கள்.

எல்லாம் இறைவன் செயல் என்பதிலே அழுத்தமான நம்பிக்கை யுள்ளவர்களுங்கூட இதை அப்படியே ஒப்புக் கொள்ள மாட்டார்கள். முயற்சியுள்ளவர்களுக்குத்தான் இறைவனும் துணை செய்வான்; கைகட்டிக்கொண்டு, சும்மா காலாட்டிக் கொண்டிருப்பவைனக் கடவுளும் வெறுப்பார்; இதுவே கடவுள் நம்பிக்கையுள்ளவர்களின் கருத்துமாகும்.

இறந்தபின் அடையும் உலகம் ஒன்றுண்டு. அந்த உலகத்தில் தான் இன்பங்கள் அத்தனையையும் அடைய முடியும். இந்த உலகத்தில் என்னதான் செய்தாலும், எவ்வளவு தான் பாடு பட்டாலும் துன்பமும் தொல்லையும்தான் கிடைக்கும் பலன். இவ்வாறு பிடிவாதமாகப் பேசுவோர் சிலர் உண்டு.

இதைப் பெரும்பாலான இறையன்பர்களும் அதாவது கடவுள் பக்தர்களும் ஒப்புக் கொள்ளமாட்டார்கள்; நாத்திகர்கள் அடியோடு மறுப்பார்கள்; பகுத்தறிவுவாதிகள் காது கொடுத்துக் கேட்கவே மாட்டார்கள்.

பரலோகம் சென்று அடையக்கூடிய செல்வத்தை வாழ்க்கையை இவ்வுலகிலேயே பெறமுடியும் என்பதிலே ஆத்திகர்க்கும் நாத்திகர்க்கும் கருத்து வேற்றுமையில்லை. இராமலிங்க அடிகள் நாத்திகர் அல்லர்; கடவுள் நம்பிக்கை யுள்ள பகுத்தறிவுவாதி. அவரும் இகலோகத்திலேயே, பரலோக இன்பங்களை அடைய முடியும் என்பதை எடுத்துக் காட்டு கின்றார்.

அகத்தே கறுத்துப் புறத்தேவெளுத்
திருந்த உலகர் அனைவரையும்
சகத்தே திருத்திச் சன்மார்க்க
சங்கத்து அடைவித் திட, அவரும்
இகத்தே பரத்தைப் பெற்றுமகிழ்ந்

திடுதற் கென்றே, எனையிந்த
யுகத்தே இறைவன் வருவிக்க
உற்றேன்; அருளைப் பெற்றேனே.

இந்தப் பாடல் மிகவும் உற்றுநோக்கி ஆராயவேண்டிய ஒரு உயர்ந்த பாடல். பொதுப் பணியிலே உண்மையாகத் தலை யிட்டிருக்கும் ஒவ்வொருவரும் உள்ளத்திலே எழுதி வைத்துக் கொள்ள வேண்டிய பாடல்.

இவ்வுலகில் உள்ளவர்கள் வெறும் ஆடம்பரக்காரர்கள். உள்ளொன்று வைத்துப் புறமொன்று பேசுகின்றவர்கள். உள்ளத்தில் கறுத்தவர்கள்; கறை படிந்தவர்கள்; குற்றங்கள் நிறைந்தவர்கள், வெளியில் மட்டும் வெள்ளை சள்ளையாகக் காட்சியளிக்கும் வேடதாரிகள்.

இத்தகைய போலிகள் அனைவரையும் இவ்வுலகில் திருத்திச் சன்மார்க்க சங்கத்திலே சேர்ப்பேன் அவர்கள் இவ்வுலகிலேயே மறுவுலகம்-அதாவது பரலோகத்தில் உண்டென்று உரைக்கப் படும் நன்மைகளையெல்லாம் பெற்று மகிழ்வார்கள்.

இதைச் செய்வதற்காகவே நான் இவ்வுலகிலே பிறந்திருக்கின்றேன், இதற்காகவே என்னை இந்த யுகத்திலே இறைவன் படைத்தான். நானும் இந்த நோக்கத்துடனேயே அன்பையும் இரக்கத்தையும் துணையாகக் கொண்டு உழைக்கின்றேன்.

இதுவே மேலே காட்டியுள்ள செய்யுளின் பொருள். இவ்வுலகிலேயே பரலோக நன்மையை அனைவரும் அடைய முடியும் என்ற கருத்தைக் காணலாம் இச்செய்யுளிலே

இவ்வுலக மக்களுடைய குற்றங்களைத் திருத்த முடியும். உள்ளத்திலே கறுத்த ஆடம்பரக்காரர்கள் தான் உலக மக்களை ஆட்டிப் படைக்கின்றார்கள். அந்தத் துன்மார்க்கர்களையெல்லாம் சன்மார்க்கர்களாக்கி விட்டால் போதும்; எல்லா மக்களும் இகத்தே பரத்தைப் பெறலாம். இக்கருத்தையும் இச்செய்யுள் வலியுறுத்துகின்றது.

பொதுமக்களின் நன்மைக்காக - வாழ்வுக்காக உழைக்கும் அனைவரும் இத்தகைய உறுதியுள்ளம் பெறவேண்டும். என் கடன் பணி செய்வது; மக்கள் அனைவரும் மகிழ்ச்சியுடன் வாழச் செய்யமுடியும்; அவர்களுடைய இன்பவாழ்வுக்குத் தடைகளாக இருக்கும் எல்லாவற்றையும் தவிடு பொடியாக்கும் வல்லமை எனக்குண்டு; பொதுமக்கள் ஆதரவின் மூலம் இத்தகைய வல்லமையைப் பெறுவேன் என்ற துணிவு ஒவ்வொருவருக்கும் வேண்டும். இத்துணிவே வெற்றி தரும். இந்த உயர்ந்த உண்மையை நமக்கு அறிவுறுத்தினார் அருட்பிரகாச வள்ளலார்.

அகத்தே கறுத்துப் புறத்தே வெளுத்தவர்கள் திருந்துவது எப்படி? அவர்கள் சன்மார்க்கர்களாவது எவ்வாறு? என்பதை மற்றொரு செய்யுளிலே விளக்கமாகப் பாடியிருக்கின்றார்.

ஆதியும் நடுவும் அந்தமும் இல்லா
அருட்பெருஞ் சோதி, என் உளத்தே
நீதியுள் கலந்து நிறைந்தது; நானும்
நித்தியன் ஆயினேன்; உலகீர்!
சாதியும் மதமும் சமயமும் தவிர்த்தே
சத்தியச் சுத்தசன் மார்க்க
வீதியில் உமைத்தான் நிறுவுவல் உண்மை
விளம்பினேன் வம்மினோ விரைந்தே

தான் அழியாத புகழுடம்பு பெற்றுச் சிரஞ்சீவியான வகையையும், மற்றவர்களும் இகத்தே பரத்தைப் பெறுவதற்கான வழியையும் இச்செய்யுளிலே சொல்லிவிட்டார்.

ஆதி, நடுவு, அந்தம் என்று மூன்றுமற்ற அழியாத இரக்கத்தோடு கூடிய பேரறிவு என் உள்ளத்தே புகுந்தது. அது நீதியோடு இணைந்து என் உள்ளமெல்லாம் நிரம்பிவிட்டது. ஆதலால் நான் நித்தியமும் எல்லோர் உள்ளத்திலும் அழியாமல் இயங்குகின்றவனாக ஆனேன்.

உலகில் உள்ளவர்களே! சாதிகள், மதங்கள், மதங்களின் உட்பிரிவுகள் எல்லாவற்றிலிருந்தும் உங்களை விடுதலை செய்வேன். உண்மையான குற்றமற்ற சன்மார்க்க சங்கப் பெரு வீதியிலே உங்களை நடமாடவைப்பேன். இதுதான் இகத்திலே பரத்தைப் பெறும் மார்க்கம். நான் சொல்லுவது உண்மை. விரைந்து என்னிடம் வாருங்கள்! உலகத்தினரே ! எல்லோரும் வாருங்கள்.

சாதி மத சமய பேதமின்றிச் சன்மார்க்க நெறியிலே வாழ்வதுதான் இகத்திலே பரத்தைப் பெறுவதாகும். இதுவே வள்ளலாரின் கருத்து.

சாதி மத சமய பேதமற்ற சமுதாயத்தை அமைக்கப் பாடுபட வேண்டியதே மனிதாபிமானிகளின் கடமை இத்தகைய சன்மார்க்கச் சமூகத்தை அமைக்க முடியும் என்ற நம்பிக்கையுடன் உழைக்க வேண்டும். இந்த நம்பிக்கையுடன் உறுதியாக உழைத்தால் வெற்றி கிடைப்பது திண்ணம். இக்கருத்து இராமலிங்கருடைய பாடல்களிலே வெளிப்படையாக அமைந்து கிடக்கின்றது.

இவ்வுலகிலே இன்பம் இல்லை என்று கூறும் நயவஞ்சகரின் சூழ்ச்சிகளை வெளிப்படுத்த வேண்டும் என்பதே வள்ளலார் நோக்கம். ஆருக்கும் அஞ்சாமல், உறுதியுடன் வஞ்சகர்களின் மாயத்திரைகளை அருந்தமிழ்ப் பாடல்களால் இவ்வாறு சுக்குநூறாகக் கிழித்தெறிகிறார் வள்ளலார்.

6. இயற்கையும் அறிவுமே இறைவன்

கடவுள் என்பது எங்கேயோ ஒரு தனி உலகத்தில் வாழ்கின்றது; அதற்கும் நம்மைப் போல் கால், கை, மூக்கு, வாய் முதலிய உறுப்புகள் உண்டு; நம்மைப் போல் எண்ணம், செயல்கள் எல்லாம் உண்டு என்று நம்புகின்றனர் பலர்.

இதுமட்டும் அல்ல; கடவுள் மக்களைப் போலவே கோப தாபங்கள் உடையவர்; விருப்பு வெறுப்பு உள்ளவர்; பெண்டு பிள்ளைகள் உள்ளவர்; கட்டின மனைவியைத் தவிர வேறு பல பெண்களையும் காதலிக்கும் தன்மையுள்ளவர் என்று கதை கட்டி வைத்திருக்கின்றனர்.

மக்கள் எந்தெந்த நிலையில் வாழ்கின்றனரோ அந்தந்த நிலையிலே இறைவனையும் உருவாக்கி வைத்திருக்கின்றனர். இவற்றை உண்மையென்று மெய்ப்பிக்கக் காரணம் காட்டுவோரும் உண்டு. உண்மையென்று ஒப்புக் கொள்ளாதவர்களுக்குப் பல தத்துவார்த்தங்கள் சொல்லி, அக்கதைகள் எல்லாம் வேண்டியதுதான் என்று வாதாடுவோரும் உண்டு. இந்த விவாதங்கள் எல்லாம் இப்பொழுது நமக்கு வேண்டாம்.

கடவுள் உண்டா இல்லையா? என்ற வாதத்தைத் தொடங்கினால், அது எரிந்த கட்சி, எரியாத கட்சி விவாதத்தைப்போல் வளர்ந்து கொண்டே போகும்.

மன்மதன் என்பவன் மக்களிடையிலே காம உணர்ச்சியை எழுப்புகின்றவன். அவன் மனைவி ரதிதேவி. அவன்

பரமசிவன் செய்த தவத்தைக் கலைக்க முயன்றான், உடனே அவர் நெற்றிக் கண்ணைத் திறந்து விழித்தார். மன்மதன் சாம்பலானான் என்பது புராணக் கதை.

ரதிதேவி பரமசிவனிடம் தனக்கு மாங்கல்யப் பிச்சை அளிக்கும்படி வேண்டிக் கொண்டாள். பரமசிவனும் அவளுடைய வேண்டுகோளுக்கு இசைந்தார். உனக்கு மட்டும் மன்மதன் உருவாகக் காணப்படுவான்; மற்றவர்களின் கண்களுக்குக் காணப்பட மாட்டான் என்று வரங்கொடுத்தார். இது கதையின் முடிவு.

இக்கதையை வைத்துக்கொண்டு இரண்டு கட்சிகள் வாதம் புரியும். ஒரு கட்சி, மன்மதன் எரிந்து போனது உண்மை என்று சொல்லும் மற்றொரு கட்சி, அவன் எரியவில்லை; உயிருடன் தான் இருக்கின்றான்; உருவத்தோடுதான் வாழ்கின்றான் என்று கூறும். இந்த இரண்டு கட்சியின் வாதமும் இன்னும் தீரவில்லை.

இதுபோன்றதுதான் கடவுளைப் பற்றிய வாதமும் தீராத வாதம். ஆகையால், அந்த வாதத்தில் குதித்துப் புரளுவது வீண்காலம் போக்குவதாகும். இதுவே அறிஞர்கள் கருத்து. ஆகையால் நாமும் இதில் தலையிட வேண்டாம்; முடியாத வழக்கில் தலையிட்டுக் கொண்டு முட்டுப்படுவது வேண்டவே வேண்டாம்.

கடவுள் இல்லையென்று விவாதிப்போரும், உண்டு என்று நம்புவோரும் இரண்டு உண்மைகளை மறுப்பதில்லை; அப்படியே ஒப்புக் கொள்ளுகின்றனர். இயற்கை நிகழ்ச்சி ஒன்று; அறிவு ஒன்று. இந்த இரண்டையும் நாத்திகர், ஆத்திகர் அனைவரும் ஒப்புக் கொள்ளுகின்றனர்.

இயற்கை நிகழ்ச்சியென்பது நம்மால் உண்டாக்கப்படுவது அன்று; தானே தோன்றி இயங்குவது. அது யாரால் இயக்கப்படுவது என்பதும் நமக்குத் தெரியாது. இயற்கை நிகழ்ச்சிகளிலே ஆபத்தை உண்டாக்கும் பயங்கரமான நிகழ்ச்சிகளும் உண்டு; மக்களுக்கு இன்பத்தை உண்டாக்கும் நல்ல நிகழ்ச்சிகளும் உண்டு.

இந்த இயற்கை நிகழ்ச்சிகள் யாவும் கடவுளால் நடத்தப்படும் திருவிளையாடல்கள் என்று கடவுள் நம்பிக்கையுள்ளவர்கள் கூறுவர்; கடவுள் நம்பிக்கையற்றவர்கள் இதை ஒப்புக் கொள்ளுவதில்லை. ஆனால் இயற்கையே கடவுள்தான் என்று சொன்னால் நாத்திகர்கள் அதை மறுப்பதில்லை. நாங்கள் இயற்கையென்று சொல்லுகின்றோம்; நீங்கள் கடவுள் என்று சொல்லுகிறீர்கள்; சொல்லிக் கொண்டு போங்கள். இயற்கையென்றாலும் கடவுள் என்றாலும் ஒன்றுதான் என்றால் அதை எப்படி மறுப்பது? என்று பெருந் தன்மையுடன் ஒப்புக் கொள்ளும் நாத்திகர்கள் பலர் உண்டு.

ஆகவே, இயற்கையென்பது நாத்திகராலும் ஆத்திகராலும் ஒப்புக் கொள்ளப்படும் ஒரு பொருளாகும். இது போலவே அறிவைப் பற்றியும் யாருக்கும் ஐயம் இல்லை; அறிவுக்குத் தனிவலிமை உண்டு அறிவினால் எதையும் சாதிக்கலாம். அறிவே எல்லாவற்றுக்கும் ஆதாரமாகும். அறிவுள்ளவர்கள் தான் எல்லாம் வல்ல இறைவனுடைய சக்தியை அறிந்து துன்பமின்றி இன்புற்று வாழ்வதற்கு வழிகாண முடியும் என்பது கடவுள் பக்தர்களின் கொள்கை.

அறிவுள்ளவனுக்குக் கடவுளும் வேண்டாம்; கடவுள் பிராத்தனையும் வேண்டாம். கையாலாகாதவன் தான் கடவுளையும் தலைவிதியையும் நம்பிக்கொண்டு கிடப்பான். அறிவுள்ளவனுக்கு எல்லாத் திறமையும் உண்டு. ஆதலால் அறிவைத் துணைக்கொண்டு அனைவரும் வாழ வேண்டும் என்று கடவுள் நம்பிக்கையற்றவர்கள் கூறுவார்கள்.

அறிவுதான் கடவுள்; அதுதான் ஆக்கமும் அழிக்கவும் வல்லது; அதைத்தான் கடவுள் என்று சொல்லுகிறோம் என்றால் இதை ஆத்திகரும் நாத்திகரும் மறக்க மாட்டார்கள்.

ஆகவே, இயற்கையையும், அறிவையும் உயர்ந்தவை என்று ஒப்புக்கொள்ளாதவர்கள் எவரும் இல்லை. இயற்கை தான் கடவுள்; அறிவுதான் கடவுள் என்றால் அது அனைவருக்கும் உடன்பாடு. வடலூர் வள்ளலார் இராமலிங்க அடிகள் இயற்கையையும் அறிவையுமே கடவுள் என்று கூறுகிறார் இறைவன் என்று பாடுகின்றார்.

கோடையிலே இளைப்பாற்றிக் கொள்ளும் வகைகிடைத்த
குளிர்தருவே! தருநிழலே! நிழல்கனிந்த கனியே!
ஓடையிலே ஊறுகின்ற தீஞ்சுவைத்தன் ணீரே!
உகந்த தண்ணீர் இடைமலர்ந்த சுகந்தமண மலரே
மேடையிலே வீசுகின்ற மெல்லியபூங் காற்றே!
மென்காற்றில் விளைசுகமே சுகத்தில்உறும் பயனே!
ஆடையிலே எனைமணந்த மணவாளா! பொதுவில்
ஆடுகின்ற அரசே! என் அலங்கல் அணிந் தருளே!

இது, படிப்பர் உள்ளத்தை உருக்கும் பண்புள்ள பாட்டு; எத்தனை தரம் படித்தாலும் பாடினாலும் இன்பம் சுரக்கும் இனிய பாட்டு.

இந்தப் பாடலை இன்று எத்தனையோ பேர் பாடிப்பாடிப் பரவசம் அடைகின்றனர். ஆனால் அவர்கள் அனைவரும் இப்பாடலின் உண்மைப் பொருளை அறிந்தவர்கள் தானா என்பதில்தான் சந்தேகம். இறைவன் இயற்கையாகவும் அறிவாகவும் கூறுவதுதான் இப்பாடல். இயற்கைதான் இறைவன். அறிவு தான் இறைவன் என்று இப்பாடல்

கூறுகின்றது என்றாலும் பொருந்தும். இப்பாடலின் இனிய பொருளைப் பார்ப்போம்.

வெயிற் கொடுமையால் உள்ளமும் உடலும் சோர்ந்த கோடை காலத்திலே, ஓய்வாக உட்கார்ந்து இளைப்பாறும்படி கிடைத்த குளிர்ச்சியான தழைத்த மரமே!

அந்தக் குளிர்ந்த மரந் தருகின்ற நல்ல நிழலே!

அந்த நிழலிலே, அந்த மரத்திலிருந்து பழுத்து விழுந்த இனிய கனியே!

நல்ல கோடை காலத்திலே, நீரோடையிலே ஊற்றெடுத்து ஓடிவருகின்ற இனிய சுவையுள்ள தண்ணீரே!

எல்லோரும் விரும்புகின்ற அந்தத் தண்ணீரின் இடையிலே கண்ணுக்கு அழகாக மலர்ந்து அழகாக மலர்ந்து மூக்குக்கு நறுமணமும் மனத்திற்கு மகிழ்ச்சியும் தரும் வாசனையுள்ள மலரே!

மேடையிலே உட்கார்ந்திருக்கின்ற போது, வேனிலின் வெப்பம் தீரும்படி வீசுகின்ற மென்மையான நறுமணமுள்ள காற்றே!

அந்தக் காற்றினால் உள்ளத்திற்கும் உடம்புக்கும் உண்டா கின்ற இன்பமே!

அந்த இன்பத்தால் உண்டாகும் பயனே!

நான் விளையாடிக்கொண்டிருக்கும் பருவத்திலே என்னை மணந்துகொண்ட அறிவென்னும் தலைவனே!

என் உள்ளமாகிய அம்பலத்தில் எப்பொழுதும் நடனமாடிக் கொண்டிருக்கும் என் தலைவனாகிய அறிவே! என்னுடைய தமிழ் மலர்மாலையை ஏற்று அணிந்து கொள்ளுவாயாக!

இதுவே அந்த இனிய பாட்டில் அமைந்துள்ள பொருள். குளிர்ந்த நிழல் தரும் மரம்! அம்மரத்தின் நிழல், அம்மரத்திலே பழுத்தகனி, தாகந் தீர்க்கும் இனிய தண்ணீர், நறுமணம் வீசும் மலர், மெல்லிய தென்றற் காற்று, இளமைப் பருவத்திலே வளர்ந்து நிலைத்த அறிவு-இவையே இப்பாடலில் கூறப்பட்டவை.

இந்த இயற்கை நிகழ்ச்சிகளும், அறிவும் எல்லோருக்கும் பொது. இவை இன்னாருக்குச் சொந்தம், இன்னாருக்குச் சொந்தம் அல்ல என்று கூறிவிட முடியாது.

இப்பாடலிலிருந்து வள்ளலாரின் உள்ளக் கருத்தை நாம் உணர்ந்து கொள்ள வேண்டும். அதை உணர்ந்து கொண்டால் எல்லா மக்களும் ஒரே குலமாய் இன்புற்று வாழ முடியும்.

இயற்கையும், இயற்கை இன்பமும் எல்லோர்க்கும் பொது, அறிவும் எல்லோர்க்கும் பொது; ஆயினும் ஒரு சிலர்தான் நல்ல நிழலும், நல்ல தண்ணீரும், நல்ல மேடை வீடும், நல்ல காற்றும், நல்ல இன்பமும் பெற்று வாழ்கின்றனர். பலருக்கு இந்த இயற்கை இன்பம் கிடைப்பதில்லை. எல்லோர்க்கும் இந்த இயற்கை இன்பம் கிடைக்கும்படி செய்யவேண்டும்.

இதுதான் இரக்கம் உள்ளவர்களின் கடமை, அறிவுள்ளவர்கள் ஆற்ற வேண்டிய அருந்தொண்டு. அனைவரும் இதை அறிந்து இந்த நெறியிலே பணிசெய்ய முயன்றால் மக்கள் அனைவரும்

மகிழ்ந்து வாழ முடியும்; துன்பக் கடலிலிருந்து கரையேறி இன்பவூர்தியிலே ஏறிக் கவலையற்றுத் திரிய முடியும்.

7. ஆராயும் அறிவு

அறிவே மக்களுக்குச் செல்வம், அறிவின்மையே வறுமை, அறிவுடையார் எல்லாம் உடையார். அறிவுடையவர்க்கு ஆண்மையுண்டு; திறமையுண்டு; செல்வம் உண்டு; வாழ்க்கையில் வெற்றியுண்டு; இன்பம் உண்டு; எதிர்காலத்தை அறிந்து அதற்கேற்றவாறு நடந்து கொள்ளும் ஆற்றல் உண்டு. அறிவிலார் என்னுடையரேனும் இலர். அறிவிலார்க்கு இடம், பொருள், ஏவல் எல்லாமிருந்தும் பயனில்லை. அவற்றை அநுபவிக்கும் வழியை அறியமாட்டார்கள்; அவர்களுக்குத் திறமையோ, வாழ்க்கையில் வெற்றியோ, இன்பமோ எதுவும் இருக்க முடியாது. இதனால்தான் அறிவு அனைவர்க்கும் வேண்டும்! வேண்டும்! என்று பறை சாற்றுகின்றனர். இக்கருத்தையே வள்ளுவரும் வலியுறுத்துகின்றார்.

அறிவுடையார் எல்லாம் உடையார் அறிவிலார்
என்னுடைய ரேனும் இலர்

என்ற குறளால் இதைக் காணலாம்.

அறிவிலே பொது அறிவு, சிறப்பறிவு என்று இரண்டு வகை. பொது அறிவு, பசி, தாகம், சரீர இன்பம் இவற்றை உணர்தல்; இவற்றைத் தேடுவதிலேயே வாழ்நாளைப் போக்கல். இவ்வறிவு மக்களினம், விலங்கினம், பறவையினம் எல்லாவற்றிற்கும் பொது. இவ்வறிவு உயிருள்ள - நடமாடும் -பிராணிகளிடமெல்லாம் உண்டு. ஆனால் சிறப்பறிவு மக்களுக்கு மட்டிலும் சொந்தம். நல்லது இது, தீயது இது; செய்யத் தகுந்தது இது செய்யத் தகாதது இது; இதைச்

செய்தால் இப்படி முடியும். என்றெல்லாம் சிந்தனை செய்து செயலில் இறங்கும் அறிவே சிறப்பறிவாகும்.

இந்தச் சிறப்பறிவு படைத்தவர்கள் சிலர்தான். அவர்களால்தான் இவ்வுலகம் இயங்குகிறது; இவ்வுலகம் நாகரிகம் பெற்றிருக்கிறது; இவ்வுலகம் ஏதோ ஒரு கட்டுப்பாட்டுக்குள் அடங்கி நடத்துக் கொண்டிருக்கிறது. எல்லா மக்களிடமும் அதாவது பெரும்பாலான மக்களிடம் சிறப்பறிவு இருந்தால் இவ்வுலகம் இன்னும் உயர்ந்த நிலையிலிருக்கும்.

இந்தச் சிறப்பறிவு - படிப்பினால் - புத்தகப் படிப்பினால் மட்டும் உண்டாவதில்லை. பிறர் சொல்லிக் கொடுப்பதனாலும் வருவதில்லை. தானே உணர்வதனால் வளர்வதாகும்; ஓதா விட்டாலும் உலகப் போக்கை உய்த்துணர்ந்து சிந்தனை செய்வதனால் வருவதாகும். இது பற்றிய வள்ளலார் கருத்து கீழ் வருமாறு:

ஓதாது உணர்ந்திட ஒளியளித்து எனக்கே
ஆதாரம் ஆகிய அருட்பெரும் சோதி.

அருட்பெரும் சோதி என்பதற்கு இரக்கத்தோடு கூடிய பேரறிவு என்பதே பொருள். வெளச்சத்தில் எல்லாவற்றையும் காண முடியும். அதுவும் பெரிய வெளிச்சத்தால் காண முடியாத பொருள் எதுவும் இருக்க முடியாது. ஆதலால்தான் அறிவை ஒளியென்றும், ஜோதியென்றும், விளக்கென்றும் குறிப்பிடுகிறார் இராமலிங்கர்.

புத்தகங்களைப் படிக்காமலே உலக நிலைமையை உணர்ந்து கொள்ளும்படியான அறிவை எனக்களித்தாய், மற்றும் செய்யக்கூடிய செயல்களுக் கெல்லாம் ஆதரவாகவும் இருக்கின்றாய். இரக்கத்தோடு கூடிய பேரறிவாகிய நீ தான்

இந்த நிலையை எனக்களித்தாய்! என்பதே மேலே காட்டிய அடி களின் பொருள்.

இந்தச் சிறப்பறிவை அவர் பாராட்டும் முறையைப் பாருங்கள்:-

ஏடகத்தே எழுதாத மறைகள் எல்லாம் களித்தே
என் உள்ளத்தே எழுதுவித்த என் உரிமைப் பதியே!

என்று உண்மையை வெளியிடுகிறார். ஏடுகளிலே - அதாவது சாத்திரங்களிலே - வேதபுராண இதிகாசங்களிலே - எழுதப் படாத இரகசியங்களையெல்லாம் என் உள்ளத்தில் களிப்போடு எழுதச் செய்தாய்; எனக்கே உரிமையாக என் உள்ளத்தில் வளர்ந்திருக்கின்ற அறிவே ! இதுவே இவ் வடிகளின் பொருள்.

ஆகவே படிப்பதனால் மட்டும் உலக நிகழ்ச்சியை மக்களின் மனோ நிலைமையை - உலகம் மாறிக்கொண்டு வரும் போக்கை- உணர்ந்து கொள்ள முடியாது. சிந்தனை சக்தியால் தான் உலகப்போக்கை உணர்ந்து கொள்ள முடியும் என்று முழக்கஞ் செய்கிறார்.

இவ்வுலகில் பேரறிஞராகக் கருதப்படுகிறவர்கள் பலர் உள்ளனர். ஒவ்வொருவர் ஒவ்வொரு துறையிலே தேர்ந்தவர்கள் என்று சொல்லப்படுகின்றனர். சிலர் அரசியல் துறையிலே வல்லுநர்கள்; சிலர் பொருளாதாரத் துறையிலே தேர்ந்தவர்கள்; சிலர் கதைகள்-கட்டுரைகள் எழுதுவதிலே தேர்ந்தவர்கள்; சிலர் கற்பனைகள் நிறைந்த கவிதைகள் புனைவதிலே அறிஞர்கள்; சிலர் வைத்தியத் துறையிலே வல்லவர்கள்; சிலர் சிற்பத் துறையிலே சிறந்தவர்கள்; சிலர் விஞ்ஞானத் துறையிலே வித்தகர்கள். இவ்வாறு பலர் தங்கள் தங்கள் துறையிலே இணையற்றவர்களாக விளங்குகின்றனர்.

ஆயினும் இவர்கள் எல்லோரும் நம் தமிழ்நாட்டுப் பெருந்தகையார் இராமலிங்கம் அவர்கள் கருத்துப்படி பேரறிவு படைத்தவர்கள் அல்லர். இவர்கள் இரக்கத்தோடு கூடிய பேரறிவு படைத்தவர்களாக இருந்தால் உலகினரை ஒன்று சேர்க்க உழைப்பர்; உலகத்தினரை ஒரே ஒரே சமுதாயமாக்க உழைப்பர். உலக ஒற்றுமையைக் கருதுவோர் இக் கூட்டத்தினருள் எவரேனும் இருந்தால் அவர்கள் அருட்பெருஞ்சோதியைக் கண்டவர்கள் என்பதில் ஐயமில்லை.

இந்த இரக்கத்தோடு கூடிய பேரறிவு-அதாவது அருட் பெருஞ் சோதியை - யார் பெறமுடியும்? சாதிப்பற்றை விட்டவர்கள் - இனப்பற்றை ஒழித்தவர்கள் - சமயப்பற்றை மறந்தவர்கள்- தேசப்பற்றைக் கூடத் துறந்தவர்கள் தான் பெற முடியும். தன் சாதியிலே மட்டிலும் பற்றுள்ளவர்கள் மற்றச் சாதியினரிடம் அன்பு காட்ட இடமில்லை; தன் இனத்தைப் பெரிதெனக் கூறுபவர்கள் மற்ற இனத்தாரிடம் வெறுப்புக் காட்டுவர்; தன் சமயத்திலே மட்டும் வெறி கொண்டவர்கள் மற்றச் சமயத்தவர்களை வெறுப்பார்கள்; தன் தேசம் மட்டும் முன்னேற வேண்டும் என்ற குறுகிய மனப்பான்மை படைத்தவர்கள் மற்ற நாட்டினரை அடக்கியாள முயல்வார்கள். இவைகளையெலலாம் நாம் கண் கூடாகக் காணுகின்றோம். இத்தகைய பற்றுடையவர்களிடம் இரக்கம் ஏது? பேரறிவு ஏது? இவைகளை விட்டவர்கள் உள்ளத்தில் தான் இரக்கத்துடன் கூடிய பேரறிவு தோன்றும். இக்கருத்தை,

சமயம் குலம் முதல் சார்பெலாம் விடுத்த
அமயம் தோன்றிய அருட்பெரும் சோதி

என்று விளக்கியிருக்கிறார் இராமலிங்கர்.

சிந்தனாசக்தி படைத்தவர்களே இவ்வுலகத்திலே துன்பமில்லாமல் வாழமுடியும். சிந்தனாசக்தியின் மூலம் வளர்ந்த பகுத்தறிவின் வழியில் நடப்பவர்களே உலகத்தில் பயன் பெற்று வாழ முடியும். உலக ஒற்றுமைக்கு - மக்கள் ஒரே குலமாக வாழ்வதற்கு- முட்டுக்கட்டைகளாக இருக்கின்ற சாதி, மத, பொருளாதாராரச் சண்டைகளைப் பகுத்தறிவு வாதிகளே ஒழிக்க முடியும். பகுத்தறிவின் மூலம் துன்பமில்லாமல் வாழக்கூடிய வழியை அறிந்தவர்கள் தான் இவ்வுலகில் எண்ணிய நன்மை களையெல்லாம் பெற்று வாழமுடியும். பகுத்தறிவுதான் எண்ணி யவற்றையெல்லாம் கொடுக்கும் இயல்புடையது.

இவ்வாறு வீரமுழக்கம் செய்கிறார் வள்ளலார்.

எனைத்தும் துன்பிலா இயல்பளித்து, எண்ணிய
அனைத்தும் தரும்சபை அருட்பெரும் சோதி.

ஆதலால் பகுத்தறிவையே வாழ்க்கைக் கருவியாக உலக மக்கள் கொள்ள வேண்டும் என்பதே நமது தமிழ் வள்ளலாரின் ஆவல். இந்த நிலை உலகில் என்று ஏற்படுகிறதோ அன்றே உலகில் ஒற்றுமை நிலவும். உலக மக்கள் எண்ணிய இன்பங்களை யெல்லாம் பெற்று இன்புறுவர் என்பதும் உறுதி. வெறும் பகுத்தறிவு மட்டிலும் போதாது. அது இரக்கத்தோடு கூடிய பகுத்தறிவாக இருக்க வேண்டும் என்பதை மறந்துவிடக் கூடாது.

வள்ளலாரின் இக்கருத்தே பண்டைத் தமிழரின் கருத்தாகும். எழுத்துப் புத்தகங்களைக் கற்றல் ஒரு தொழில்தான். ஒவ்வொருவர் ஒவ்வொரு தொழில் துறையில் தேர்ந்திருப்பது போல், சிலர், கவிகளை - காவியங்களைக் கற்றுத் தேர்ந்திருக் கின்றனர். கல்வி, படிப்பு, கற்றல், படித்தல், ஓதல் முதலிய கல்வியைக் குறிக்கும் சொற்களெல்லாம் தொழிற்

பெயர்களாக இருக்கின்றன. இதைக்கொண்டே கல்வியும் ஒரு தொழில்தான் என்பதைக் காணலாம்.

செந்தாப் புலவராகிய திருவள்ளுவர் கல்வி வேறு, அறிவு வேறு என்பதைத் தெளிவாகக் கூறியுள்ளார்:-

நுண்ணிய நூல்பல கற்பினும் மற்றும்தன்
உண்மை யறிவே மிகும்

என்பது வள்ளுவர் வாக்கு. எவ்வளவு படித்தருந்தாலும் - எவ்வளவு நுட்பமான பொருள்களைக் கூறும் நூல்களைக் கற்றிருந்தாலும் அது அறிவாகாது. ஒருவனுடைய இயற்கையறிவே எக்காரியத்திலும் முன்னிற்கும், இதுவே குறளின் கருத்து.

அந்த இயற்கை அறிவுதான் சிந்தனா சக்தியென்பது. எந்தப் பொருளைக் கண்டாலும், அந்தப் பொருளின் தன்மையை ஆராய்ந்து அறிய வேண்டும். எந்தச் செய்தியைக் கேட்டாலும் அந்தச் செய்தியின் உண்மையைக் கண்டுபிடிக்க முயல வேண்டும். இதுவே அறிவு வளர்வதற்கு வழி. இவ்வழியில் தங்கள் அறிவைத் தீட்டிக் கொண்டவர்களே நுண்ணறிவாளர்கள்.

உலக மக்கள் எல்லோரும் சிந்தனா சக்தியுடையவர்களாகி நுண்ணறிவு பெற்று விளங்குவார்களாயின் உலகம் ஒன்று படும்; எல்லோரும் சமாதானமாக வாழ்வர்; வீண் சண்டை சச்சரவுகள் நடைபெற வழியில்லை. இந்த உண்மையை ஆயிரக்கணக்கான ஆண்டுகளுக்கு முன்பே தமிழர் அறிந்திருந்தனர். இவ்வுண்மையைப் பண்டைத் தமிழ் நூல்களில் காணலாம். தமிழரின் இச்சீரிய கொள்கையையே நமது புரட்சிப் புலவரும், எல்லோருக்கும் விளங்க இனிய பாடல்களின் மூலம் விளக்கியுள்ளார்.

8. அறிவுச் சுடர்

மக்களுக்கு அறிவு வேண்டும். எல்லா மக்களுக்கும் அறிவு வேண்டும். அறிவில்லாதவர்கள் யாரும் இருத்தல் கூடாது. மக்கள் அனைவரும் அறிவுடையவர்களாக இருந்தால் தான் சமூகத்திலே அமைதி நிலவும். கொலை, கொள்ளை, வஞ்சகம், சூது முதலிய தீமைகள் தலைகாட்டமாட்டா. ஆதலால் நாடெங்கும் மக்களின் அறிவை வளர்க்கக் கூடிய சாதனங்களை அமைக்க வேண்டும். இது அரசாங்கத்தின் முதற்கடமை. குடிமக்கள் அறிவுடையவர்களாக இருந்தால் அரசும் ஆடி அசைந்து விழுந்து விடாமல் நன்றாக இயங்கும்.

ஆம்; இது உண்மை. மக்கள் அறிவுடையவர்கள் என்பதற்கு அடையாளம் என்ன? அறிவு வளர்ந்திருப்பதன் பயன் என்ன? அறிவு வளர்ந்திருந்தால் நாடு எப்படியிருக்கும்? மக்கள் சமூகம் எப்படியிருக்கும்? இவைகளைச் சிந்திப்பது பகுத்தறிவுடையார் கடமை.

நமது வள்ளலார் அறிவின் பயன் இதுவென விளக்கி யிருக்கின்றார். துன்புறும் உயிர்களிடம் இரக்கம் காட்டுவதே அறிவின் பயன். மனித சமூகம் எப்பொழுதும் தனித்து வாழ முடியாது. பல மக்கள் பலதிறப்பட்ட வேலைகளைச் செய்கின்றனர். பலதிறப்பட்ட தொழில்களே உலகை உருவாக்கி வருகின்றன; மக்களை வாழும்படி செய்து வருகின்றன; மக்கள் சமூகத்தை மேலும் மேலும் நாகரிகம் அடையச் செய்து வருகின்றன. இந்த உண்மையை உணராதவர்கள், மதம், சமூகம், வகுப்பு, இனம் என்ற பேதம் பாராட்டுவர். ஒரு மனிதனை மற்றொரு மனிதன் கொடுமைப்படுத்தும் நிலை மாறவேண்டும். இந்த மாற்றம்

எப்பொழுது மனித சமூகத்தில் ஏற்படுகிறதோ அப்பொழுதுதான் அறிவு பரிமளிப்பதாக எண்ண முடியும். மனித சமூகத்தை ஒன்றாக நினைக்காத அறிவு அறிவல்ல; அது அறியாமைதான்.

அருள் அறிவு, ஒன்றே அறிவு மற்றெல்லாம்
மருள் அறிவு என்றே வகுத்தமெய்ச் சிவமே

இவ்வடிகளை ஊன்றி நோக்குங்கள்; எது அறிவு, எது அறிவின்மை என்பது புலப்படும். இரக்கத்தோடு கூடிய அறிவு ஒன்றுதான் அறிவு. மற்ற-அறிவு என்று சொல்லப்படுவன வெல்லாம் அறிவல்ல; அறியாமைதான்.

அறிவின் பயனை அறிந்தால் உலகம் தூங்காது; சோம்பிக் கிடக்காது. உலக மக்கள் உண்மை உணர்வார்கள். ஏமாந்திருக்கும் மக்கள் கூட்டம் விழித்தெழும். சுரண்டுவோர்க்கு இடங்கொடுக்க மாட்டார்கள். எல்லா மக்களும் ஏக்கம் இன்றி வாழ்வர்.

தூக்கம் தொலைந்தது, சூரியன் தோன்றினன்,
ஏக்கம் தொலைத்தேன்.

அறிவுபெற்ற ஒவ்வொரு மகனும் சொல்லிக் கொள்ள வேண்டியது இது:

என்னுடைய உறக்கம் ஒழிந்தது; விழிப்படைந்தேன்; அறிவுச் சூரியன் உதயமாகி விட்டான்; அவனுடைய வெளிச்சத்தால் என்னை அடிமையாக்கிய தளைகளைக் கண்டறிந்தேன்; அவைகளை அறுத்தெறிந்தேன்; துன்பத்தைக் தொலைத்தேன்; விடுதலை பெற்றேன்; இன்பத்தை நுகர்கின்றேன் என்று ஒவ்வொருவரும் உறுதிகொள்ள வேண்டும்.

கொடுமை செய்தல் கூடாது; எல்லார்க்கும் நலம் செய்தல் வேண்டும் என்று பேசாதார் இல்லை. ஆனால், செய்கையோ வேறு. சீவகாருண்யம் என்று சொல்லிக் கொண்டு எறும்புக்கு அரிசி போடுகிறார்கள்; காக்கைக்குச் சோறு போடுகின்றனர்; பாம்புக்குப் பால் வார்க்கின்றனர்; சோம்பித் திரியும் பிச்சைக் காரர்களுக்குச் சோறு போடுகின்றனர். ஆனால், அல்லும் பகலும் உழைக்கும் மக்களிடம் இரக்கம் காட்டுவதில்லை. நாள் முழுதும் வயல்களிலும், தோட்டங்களிலும் உழைக்கின்றனர்; பண்டங்களைப் பெருக்குகின்றனர். அவர்கள் உழைப்பின்றேல் உலகம் இயங்காது. இத்தகைய உழைப்பாளிகளிடம் இரக்கம் காட்டாதவர்கள் எவ்வளவோ பேர். ஆனால் அவர்கள் வெளி ஆடம்பரத்திற்காகச் செய்யும் தருமம் பல. அவைகள் தருமம் ஆகுமா?

மக்கள் மனத்தில் உள்ள மயக்கம் ஒழியவேண்டும். மயக்கத்தை உண்டாக்கக்கூடிய கருவிகள் ஒழியவேண்டும். மது மயக்கமாவது சிலமணி நேரம் இருந்து பிறகு மறைந்துவிடும்; மடமையால் ஏற்பட்ட மயக்கம் எளிதில் தெளியாது. மடமைக்குக் காரணமாக இருக்கும் கருவிகள் பல. இக்கருவிகள் மதத்தின் பேரால் - சட்டங்களின் பெயரால்- சாத்திரங்களின் பெயரால் பழக்க வழக்கங்களின் பெயரால் இருக்கின்றன. இவைகளெல்லாம் ஒழிந்தால்தான் உண்மை ஞானம் ஒளிவிட்டுப் பிரகாசிக்கும்; மக்கள் அனைவரும் இன்பத்தை அடைவார்கள்.

வெவ்வினைக் காடெலாம் வேரோடு வெந்தது;
வெய்ய மாமாயை விரிவற்று நொந்தது;
செவ்விய ஞானம் சிறப்புற வந்தது;
சித்திகள் யாவும் செய்திடத் தந்தது,

இவ்வுலகில், கொடுமைகள்-தீவினைகள்-காடுபோல் மண்டிக் கிடந்தன; அந்தக் கொடுவினைக் காடுகள் இன்று வேரோடு

வெந்து சாம்பலாயின. கொடிய பெரிய வஞ்சனைகள் வளர்ந்து கொண்டிருந்தன; அந்த வஞ்சனைகள் இனி வளர்ச்சியடைய முடியாது அழிந்தன. இப்பொழுது உண்மையான அறிவு வந்து விட்டது. அதுவும் நன்றாக-அழிக்க முடியாததாக உறுதியாக வளர்ந்துவிட்டது. நினைக்கும் செயல்களை யெல்லாம் செய்து வெற்றியடையும் வல்லமையைத் தந்து விட்டது இது வள்ளலார் வாய்மொழி. இதுவே அறிவின் பயன்.

முதலிலே மனதிலே இரக்கம் ; இரண்டாவது சோம்பல் இன்மை; மூன்றாவது கொடுமைகளை அழிப்பது; நான்காவது மூடநம்பிக்கைகளை ஒழிப்பது; ஐந்தாவது உண்மையான அறிவுடன் எண்ணிய இன்பங்களைப் பெற்று எல்லா மக்களும் ஒன்றுபட்டு இனிது வாழ்தல். இவையே அறிவின் பயன். இத்தகைய அறிவின் பயனை மனித சமூகம் பெறவேண்டும் என்பதே வள்ளலார் உள்ளம்.

9. தன்னைப்பற்றி

தன்னையறிந்து இன்பம்உற வெண்ணிலாவே-ஒரு
தந்திரம்நீ சொல்ல வேண்டும் வெண்ணிலாவே

இது இராமலிங்கர் பாட்டு. தன்னை அறிதல் என்பதை வேதாந்தத்தில் மிக வற்புறுத்திச் சொல்லுவார்கள். தன்னை அறிந்து கொண்டவனே ஜீவன்முக்தனாவான் என்பது வேதாந்த தத்துவம்.

தன்னை இன்னார் என்று அறிந்து கொண்ட மனிதன் உலக பந்தங்களை உதறித் தள்ளுவான். உயர்ந்த ஞானமுடைய வனாய் உய்யும் வழி அறிவான். ஆகையால் ஒவ்வொருவனும் தன்னை அறிந்து கொள்ள முயல்வது - தன்னை அறிந்து கொள்வது - அவசியம்.

தான் வேறல்ல; பிரமத்தின் பிரிவு; தானும் பிரமமும் ஒன்று; என்று உணர்ந்து கொண்டவன் வேதாந்தி. இதை வேதாந்த பாஷையில் சிவோகம் பாவனை என்பர்.

இந்த வேதாந்தக் கருத்தில் ஒரு உண்மையிருக்கிறது. தனக்கு எல்லாச் சக்தியும் உண்டு; உலகை மாற்றவும், திருத்தவும், குழப்பத்தில் ஆழ்த்தவும் மூலம் ஏற்படுமாயின் அது வரவேற்கத் தக்கது. இந்த உணர்ச்சி பெற்றவன் உலகை மறக்க மாட்டான்; உலகைத் துறக்கமாட்டான்; தன்னலத்தை மாத்திரம் கூறிக் கொண்டு மூலையிலே கண்மூடி உட்கார்ந்திருக்க மாட்டான். உலகம் ஒன்றுபட, மக்கள்

நலம்பெற, விவேகானந்தர் போல, ராமதீர்த்தர் போல, புத்தர் போல, லெனின் போல உழைப்பான்.

ஆனால் நமது வள்ளலார் கூறிய தன்னை யறிதல் என்பதும் இதே கருத்தை ஒட்டியதுதான். அவர் உலகப்போக்கை உலக நிலைமையை உற்று நோக்கி, ஒவ்வொரு மனிதனும் தன்னுடைய வாழ்க்கை நிலையை நன்றாக அறிந்து கொள்ள வேண்டும்; அப்படி அறிந்து கொண்டால்தான் உலகத்தில் மக்களுக்குள் அன்பு வளரும்; சமாதானம் நிலைக்கும் என்று கூறுகின்றார்.

உலகில் இன்றுள்ள உயர்வு-தாழ்வு, ஆண்டாள்-அடிமை இவைகள் இரண்டு காரணங்களால்தான் நிலைத்திருக்கின்றன. ஒன்று பணம், பணமில்லாமை- மற்றொன்று பிறப்பினால் உயர்வு தாழ்வு. இந்த இரண்டும் அழிந்துவிட்டால் உலகில் அடிமை வாழ்வுக்கு வழியில்லை. அன்பும் அமைதியும் வேரோடித் தழைக்கும்.

இந்த இரண்டும் நீங்குவதற்கு வழியென்ன? ஒவ்வொருவரும் தன்னையும், தன் செய்கையையும், தன் செய்கையின் பலனையும், தான் அடையும் நன்மையையும் உணர்ந்து கொள்வது தான்.

பணம் படைத்த ஒருவன் முதலில் தன்னைப் பற்றித் தெரிந்து கொள்ள வேண்டும். தனக்குப் பணம் எப்படிவந்தது? தன் உழைப்பு எவ்வளவு? தனக்காக மற்றவர்கள் உழைக்கும் உழைப்பு எவ்வளவு? மற்றவர்களின் உதவியில்லா விட்டால்- கூட்டுறவு இல்லாவிட்டால்-மற்றவர்கள் உழைப்பின் பயனால் உண்டாகும் செல்வத்தில் பெரும் பாகத்தைத்தான் கவர்ந்து கொள்ளா விட்டால் - தான் செல்வமுடையவனாக வாழ முடியுமா? என்று சிந்திக்க வேண்டும்.

நடுநிலைமையோடு, நல்ல இரக்க சிந்தையோடு சிந்திக்கும் ஒருவனுக்கு உண்மை தெரியாமல் போகாது. மற்றவர்களின் உழைப்பே தனது செல்வம் என்ற உண்மையை உணர்ந்து கொண்டால், அவன் உழைப்பாளரை, வறியவரை நசுக்க, கொடுமைக்குள்ளாக்கத் துணியமாட்டான்; அன்பு காட்டுவான்.

இதைப் போலவே வறியவனாக வாழும் ஒருவனும் தன்னைப் பற்றிச் சிந்திக்க வேண்டும். நம்முடைய உழைப்பு எவ்வளவு? அனால் கிடைக்கும் பயன் எவ்வளவு? அந்தப் பயனில் நமக்குக் கிடைப்பது எத்தனையில் ஒரு பாகம்? நம்முடைய உழைப்பின் பயனில் மற்றவர் சுரண்டிக்கொள்வது எத்தனை பாகம்? நாம் ஏன் இப்படிச் சுரண்டப்படுகிறோம்? என்று சிந்தித்தால் அவனுக்கு உண்மை தோன்றும்; உணர்ச்சியுண்டாகும்.

இவ்வுணர்ச்சியின் பயனாக, பணக்காரனும், வறியவனும் சமாதானம் செய்து கொள்ளுவர். அவர்களுக்குள் ஒற்றுமை நிலவும். எல்லோரும் எல்லாச் செல்வமும் பெற்று இன்புறுவர். இதன்மூலம் பணத்தால் நிலவும் உயர்வு தாழ்வு ஒழியும்.

இரண்டாவது, பிறப்பினால் நிலவும் உயர்வு தாழ்வு. இது ஆண்-பெண் அடிமையிலேயே தொடங்குகிறது. ஆண் தன்னை உயர்வாகக் கருதிக் கொள்ளுகிறான். பெண்ணைப் பேதையாக்கி இழிவு செய்கின்றான். இந்த உயர்வு தாழ்வு ஒழிந்தால், மற்றைய உயர்வுதாழ்வு ஒரு சிறிதும் நிலைக்காது.

ஆண்மகன் தன்னைப்பற்றிச் சிந்திக்க வேண்டும். பெண்ணில்லாமல் தான் பிறந்திருக்க முடியுமா? பெண்ணில்லாமல் வாழ்க்கையிலே இன்புற முடியுமா? அறிவிலோ, ஆற்றலிலோ, செயல்கள் செய்வதிலோ

அவர்களுக்கும் நமக்கும் என்ன வேற்றுமை? என்று சிந்திக்க வேண்டும். ஆண்கள் செய்யும் தொழில்கள் அத்தனையும் செய்யும் திறமை பெண்களுக்கும் உண்டு என்பதை ஆண்கள் அறிய வேண்டும். இச்சிந்தனையின் மூலம் பெண்களை இழிவாக நினைக்கும் குணம் ஒழியும். பெண்களிடம் சமத்துவம் பாராட்டுவர்.

இதுபோலவே பெண்களும் நாம் ஏன் அடிமையாக நடத்தப்படுகிறோம்? நாம் ஆண்களை விட எந்தக் காரியத்தைக் குறைவாகச் செய்கிறோம்? நாம் ஏன் அடிமையாக வாழ வேண்டும்? என்று எண்ணிப் பார்க்க வேண்டும். இச்சிந்தனையில் ஈடுபட்ட பெண்கள் அடிமையாக வாழமாட்டார்கள்.

ஆண்களுக்கும் பெண்களுக்கும் இத்தகைய சிந்தனை வளருமாயின் இருபாலாரும் தங்கள் கடமைகளைச் சரிவரச் செய்வர், அவர்களுக்குள் அன்பும் ஒற்றுமையும் வளரும் அடிமையும், அடக்குமுறையும் தலைகாட்டாமல் அழியும். இதன்மூலம் பிறவியில் உயர்வு தாழ்வு பாராட்டப்படும். ஆண்-பெண் அடிமை மனப்பான்மை அழியும்.

இவ்வாறு ஒவ்வொருவரும் தம்மைப்பற்றித் தெளிவாகத் தெரிந்து கொள்ளுவதையே தன்னை அறிதல் என்று இராம லிங்கர் கூறுகின்றார். இத்தகைய தன்னுணர்ச்சியில் அவர் தலைசிறந்தவர். இத்தன்னுணர்ச்சியே அவரை உலகம் ஒன்று படுவதற்கான உயர்ந்த பல கொள்கைகளை அஞ்சாது எடுத் துரைக்கத் தூண்டிற்று. மற்றவர்கள் யாரும் கூறாத அரசியல், பொருளாதார, மத, சமூகச் சீர்திருத்தக் கொள்கைளை அவர் உலகத்துக்குக் கூறிச் சென்றார்.

அன்னையே! அப்பா! திருச்சிற்றம் பலத்துஎன்
ஐயனே! இவ்வுல கதிலே

பொன்னையே உடையார், வறியவர், மடவார்,
புகலும் ஆடவர் இவர்களுக்குள்
தன்னையே அறியாப் பிணியினால் ஆவி
தளர்கின்றார் தருணம்ஈது எனவே
சொன்னபோது எல்லாம் பயந்துநான் அடைந்த
சோபத்தை நீ அறி யாயோ!

இவ்வுலகில் பொன் படைத்த பணக்காரர்கள், ஏழைகள், பெண்கள் தம்மை உயர்ந்தவர்கள் என்று சொல்லிக் கொள்ளும் ஆண்கள், இவர்களுக்கு ஒரு நோய் உண்டு; இந்த நோய் காரணமாகவே இவர்களெல்லாம் வாழ்க்கையில் ஒற்றுமை யடையவில்லை; அன்பு கொள்ளவில்லை; இன்பம் அடைய வில்லை. வாழ்க்கைத் துன்பத்தால் உயிர் துடிக்கின்றார்கள். அந்த நோய் தன்னை அறியாமை என்னும் நோய்தான், இது வள்ளலார் தெளிவாகக் கூறியிருக்கும் கருத்து.

தம்மைப் பற்றித் தெரிந்து கொண்டவர்கள் தவறு செய்ய மாட்டார்கள். தம்மைப் பற்றித் தெரிந்து கொள்ளாதவர்களே அடிக்கடி தவறு செய்வார்கள்; வாழ்க்கையில் துன்பம் அடைவார்கள்; செயலில் தோல்வியடைவார்கள். இந்த உண்மையை நாம் யாரிடத்திலும் காணலாம். ஆகவே, தன்னைப் பற்றி உணர்ந்து கொள்ளும் அறிவு வேண்டும்; எவருக்கும் இது இன்றி யமையாத அறிவாகும்.

10. போர் வெறி

போர்க் கொடுமையைப் பற்றி இந்த நாளில் நாம் எடுத்துக் காட்ட வேண்டியதில்லை. இதைப் பற்றி இன்று உலக மக்கள் எல்லோரும் உணர்ந்திருக்கின்றனர். உணர்ந்திருப்பது மட்டும் அல்ல; அக்கொடுமையை அனுபவித்தும் விட்டனர். ஆதலால் இன்னும் ஒரு போர் வேண்டுமா என்று உலக மக்களைக் கேட்டால் எல்லோரும் வேண்டாம் என்றுதான் ஒரே குரலில் கூறுவார்கள். அவ்வளவு தூரம் உலகமக்களை ஆட்டிவைத்து விட்டது சென்ற போர்.

பண்டைக்காலத்தில் ஒரு அரசன் தன் குடிகளைக் கொடுமைப்படுத்துவானாயின் அதை மற்றொரு அரசன் பார்த்துக் கொண்டிருக்கக் கூடாது. உடனே அக்கொடுங் கோல் அரசன் மீது படையெடுத்துச் சென்று, அவனை ஒழித்து, அந்த நாட்டிலே நல்ல அரசு பெறும்படி செய்ய வேண்டும்; துன்பமின்றி அந்நாட்டுக் குடிகள் வாழும்படி செய்ய வேண்டும். இது பழங்காலத்திய அரசநீதி.

இக்காலத்திலோ, ஒரு நாட்டின் உள்நாட்டு ஆட்சியில் மற்றொரு அரசாங்கம் தலையிடக் கூடாது என்று கூறப்படுகின்றது. இன்றைய ஐக்கிய நாடுகள் சங்கத்தில் இதை முக்கிய கொள்கையாகவும் வைத்துக் கொண்டிருக்கின்றனர்.

பண்டைய அரசநீதி, கொடுங்கோல் ஆட்சியை ஒழித்து நல்லாட்சியை நிறுவப் பிற நாட்டின் மீது படையெடுக்கலாம் என்ற கொள்கையை ஆதரித்து வந்துள்ளது. மக்கள் சார்பிலே நின்று நீதியை நினைத்துப் பார்தால் இது மிகமிகச் சிறந்தது

என்பதில் ஐயமில்லை. இந்தப் பண்டைய நீதி இந்த நாளில் நேரடியாக நடைமுறைக்கு வரமுடியாது. ஆயினும் நாளடைவில் -இனி எதிர்காலத்தில் கொடுமை செய்யும் அரசாங்கத்தின் உள்நாட்டு ஆட்சியில் ஐ.நா. சங்கமாகிய சர்வதேச சங்கம் தலையிட்டு முடிவு செய்துதான் ஆகவேண்டும். இத்தகைய நீதி வரத்தான் போகின்றது. அப்போதுதான் உலகில் ஒற்றுமை நிலவமுடியும்.

பண்டைக்காலத்தில் நாடு பிடிக்கும் ஆசையுடன் போர்க் களத்தில் புகக்கூடாது என்று இருந்தாலும், மண்ணாசை கொண்டோர் அதை மதிப்பதில்லை. ஏதோ ஒரு காரணத்தைக் காட்டி நாடு பிடிக்கும் ஆசையுடன் தான் போர் செய்து வந்தார்கள். அரசர்கள் தங்கள் வீரத்தை நிலைநாட்ட தங்கள் நாட்டின் பரப்பை விரிவாக்கப் போர் செய்தார்கள். அந்தப் போரில் வெற்றி பெற்ற மன்னர்கள் வீரர்களானார்கள்; சக்கர வர்த்திகளானார்கள்; அவர்களுடைய சொந்த சுகபோகங்களை அதிகப்படுத்திக் கொண்டார்கள். இவைகளையே நாம் பழைய சரித்திரங்களில் இதிகாசங்களில், புராணங்களில் காணுகின்றோம்.

ஆனால் அந்தப் போர்களினால் அன்று துன்புற்றவர்கள் ஒரு குற்றமும் அறியாத பாமர மக்கள்தான். வெற்றி பெற்ற படையினர் தோல்வியடைந்த நாட்டின் செல்வங்களைக் கொள்ளையடித்தனர்; நகரங்களைத் தீக்கிரையாக்கினர்: பயிர் பச்சைகளை நாசமாக்கினர். கால்நடைகளைக் கவர்ந்தனர்; பெண்களையும் சிறைபிடித்தனர். இவைகள் பழைய கால தருமயுத்தத்திலேயே நடந்த அக்கிரமங்கள். தோல்வியுற்ற நாடு துன்புறுவது போல வெற்றிபெற்ற நாடுகளில் உள்ள குடிமக்களும் தங்கள் உழைப்பின் பயனை யுத்தச் செலவுக்காக அரசனுக்குக் கொடுத்து அவதியுற்றனர்.

இந்தக் காலத்தில்-இயந்திரத் தொழில்கள் மிகுந்துள்ள இந்த காலத்தில்-போர் உண்டாவதற்குக் காரணம் பேராசை பிடித்த

முதலாளிகளின் தூண்டுதல்; முதலாளிகளின் போட்டி. முதலாளிகள் தங்கள் தொழிற்சாலைகளில் உற்பத்தி செய்யும் பண்டங்களை அதிக விலைக்கு விற்றுப் பணம் சேர்க்கவே போருக்கு ஊக்கம் ஊட்டுகின்றனர். இவ்வுண்மை, முதல் மகாயுத் தத்தினாலும் வெளியாயிற்று; இரண்டாவது மகாயுத்தத்தினாலும் வெளிப்பட்டது.

ஆனால் ஒரு சிலருடைய தந்நலத்திற்காகச் செய்யப்படும் இந்த யுத்தத்தினால், உலக மக்களுக்கு உண்டாகும் துன்பத்தை யார் தான் அளவிட்டுக் கூறமுடியும்? உணவுப் பொருளை விளைவிக்கும் உழவர்களுக்கு சாப்பாடு கிடைப்பதில்லை; அவர்களுடைய தானியங்கள் போர்முனைக்குச் செல்லுகின்றன; உடைகளை நெய்யும் நெசவாளர்களுக்குத் துணி கிடைப்பதில்லை; அவர்கள் நெய்யும் உடைகள் போர்முனைக்கு மற்றும் வாழ்க்கைக்கான பல பண்டங்களையும், உற்பத்தி செய்யும் தொழிலாளர்களுக்கு அப்பண்டங்கள் கிடைப்பதில்லை; அவைகளெல்லாம் போர்முனைக்குச் செல்லும் போது அவை முற்றும் அங்கு போய்ச் சேர்வதில்லை. கொள்ளை லாபக்காரர்களிடம் சிக்குவது, வழியில் எதிரிகளால் சேதமடைவது, நீராலும், நெருப்பாலும் அழிந்துபோவது; இவை போக மீதம்தான் போர் முனைக்குப் போகின்றன.

உயிர் துறப்பதும், போர்முனையில் வீரர்கள் மாத்திரம் அல்ல; உழவர்கள், தொழிலாளர்கள், நடுத்தர வகுப்பினர் அனைவரும் உயிர் துறக்கின்றனர். போரினால் எவ்வளவு செல்வம் பாழ்! எவ்வளவு உழைப்பு பாழ்! எவ்வளவு உயர்கள் பாழ்! போர் நின்ற பின்பும் பல ஆண்டுகள் மக்கள் பஞ்சத்தினால், நோயால் துன்புறுவதைக் காண்கிறோம். சரித்திரங்களிலும் இவ்வுண்மையைக் கண்டோம்.

இதனாலேயே உலக அறிவாளிகள் போரை வெறுக்கின்றனர். ஒவ்வொரு போர் முடிந்த பின்பும், இனி உலகில் போர்

நிகழாதவாறு தடுக்கவேண்டும் என்று அறிவாளிகள் முயன்றனர்; முயல்கின்றனர்.

போர் உண்டாவதற்குக் காரணமாயிருப்பவர்கள் உயிர்க் கொலைபுரியும் வெறியர்கள்; கடைப்பட்ட மக்களிலும் கடைப்பட்ட கயவர்கள்! போர் புரிவதிலே வெறி கொண்டவர்கள், புகழ் மீது ஆசை கொண்டவர்கள்.

இத்தகைய கயவர்களின் பிடிப்பிலிருந்து உலகம் விடுபட வேண்டும். இத்தகைய போர் வெறியர்களிடம் அரசாங்க ஆதிக்கம் இருத்தல் கூடாது. போர் வெறியர்களைக் கொண்ட அரசாங்கம் எப்படியோ போரில் தலையிட்டுத்தான் தீரும். இந்தப்போர்க் கொடுமையைப் பற்றித் தமிழ்ப் பெருந்தகையார் இராமலிங்கர்,

அரங்கினில் படைகொண்டு உயிர்க்கொலை புரியும்
அறக்கடை யவரினும் கடையேன்

என்று படைகொண்டு போர் புரிபவர்களைக் கயவர்கள் என்று குறிப்பிடுகின்றார்.

வீணில்போர் இழைவெறியர் புகழ்பெறு வெறியேன்.

வெறிகொண்டு புகழ்பெறுவதற்காகப் போர்புரிகின்றார்கள்; அவர்கள் திமிர்பிடித்தவர்கள், கொழுப்பெடுத்தவர்கள் என்று குறிப்பிடுகிறார். இன்னும் போரை அவர் எவ்வளவு வெறுக்கிறார். எவ்வளவு கண்டிக்கிறார் என்பதைக் கீழ்வரும் அடிகளாலும் அறியலாம்.

உலகரசு ஆள்வோர்
உறைமுடி வாள்கொண்டு ஒருவரைஒருவர்

உயிர்அறச் செகுத்தனர் எனவே
தரையுறச் சிறியேன் கேட்டபோ தெல்லாம்
தளர்ந்துளம் நடுங்கிநின்று அயர்ந்தேன்.

ஆகவே போரினால் உண்டாகும் கொடுமையை அறிந்து நமது வள்ளலார் வருந்தியதை இன்று உலகம் உணர்ந்து விட்டது. இனி உலகில் வள்ளலார் யுகம் நிலைபெறும் என்பதில் ஐயமில்லை. பொதுமக்கள் அறிவாளிகளாகி விட்டால் தந்நலம் கொண்டவர்கள் அவர்களை ஏமாற்ற முடியா தல்லவா?

11. மனிதப் பண்பு

மற்ற உயிர்களைக் காட்டிலும் மக்களிடத்திலே ஒரு தனிச் சிறப்பு உண்டு. இந்தத் தனிச்சிறப்புக் காரணமாகவே மக்கள் தரணியிலே உயர்ந்து வாழ்கின்றனர். மற்றப் பிராணிகளை யெல்லாம் அடக்கி ஆள்கின்றனர்.

எந்த மனிதனும் பிறருடைய உதவியின்றித் தனித்து வாழ முடியாது. மக்கள் எல்லோரும் அறிந்தோ அறியாமலோ வாழ்க்கையிலே ஒன்றாகப் பின்னிக் கிடக்கின்றனர். இந்தப் பின்னலைப் பலர் அறிவதில்லை.

ஒரு கூட்டத்தார் வெயிலிலும், மழையிலும், பனியிலும் நின்று கழனிகளிலும் காடுகளிலும் உழைக்கின்றனர். அவர்கள் உழைப்பின் பலனால் உண்டாகும் விளைபொருள்களை எத்தகைய உழைப்பற்றவர்களும் உண்டுகளித்து உறங்குகின்றனர்.

ஒரு கூட்டத்தார் யந்திரசாலைகளிலே அடைந்து கிடந்து நூல் நூற்றுக் கொடுக்கின்றனர். மற்றொரு கூட்டத்தார் அந்நூலை ஆடையாக்கித் தருகின்றனர் இத்தொழில்களைச் செய்தறியாத கோடிக்கணக்கான மக்கள் அவ்வாடைகளை அலங்காரமாக அணிந்து ஆடம்பரமாக வாழ்வு நடத்துகின்றனர்.

எங்கோ ஒரு தொழிற்சாலையிலே ஒரு சிலரால் செய்யப் படுகின்ற துணி தைக்கும் ஊசி, துணி வாங்கும் சக்தியற்ற ஏழை மக்களின் கிழிந்த ஆடைகளைத் தைக்க உதவுகின்றது.

சில மக்களால் செய்து விற்பனை செய்யப்படுகின்ற தையல் யந்திரம் பல மக்களை அலங்கரிக்க உதவி செய்கின்றது.

இவ்வாறு மனித சமூகம் செய்துவருகின்ற தொழில்களை எண்ணிப் பாருங்கள்; அந்தத் தொழில்களின் பலன்களை அனுபவிக்கும் மக்களை நினைத்துப் பாருங்கள். ஒவ்வொரு மனிதனுக்கும் பல மனிதர்களால் செய்யப்பட்ட பல பண்டங்கள் தேவையாகின்றன. ஒவ்வொரு மனிதனுக்கும் பல நாட்டுப் பண்டங்கள் வேண்டப்படுகின்றன.

ஆதலால் ஒரு மனிதனாவது பிறர் உதவியின்றித் தனித்து வாழ்க்கை நடத்த முடியாது. ஒரு சமூகம் மற்ற சமூகத்தின் உதவியின்றித் தனித்து வாழமுடியாது. ஒரு மாகாணம் மற்ற மாகாணங்களின் உதவியின்றி ஒதுங்கி வாழமுடியாது. இவை போல ஒரு நாடு மற்றொரு நாட்டின் கூட்டுறவின்றிக் குதூகலமாக வாழமுடியாது.

இந்த உண்மையை உலகமக்கள் அறிவார்களானால் உலகிலே ஒற்றுமை மரம் விழுதூன்றித் தழைக்கும்.

உண்மையான மனிதத் தன்மையென்பது எத்தகைய பேதமும் இன்றி எல்லோரும் ஒத்து வாழ்தல் தான்.

ஆண்மக்கள் பெண்மக்கள் முதலியவர்களிடத்தும் சாதி, சமயம், ஆச்சிரமம், சூத்திரம், கோத்திரம், குலம், சாத்திர சம்பந்தம், தேசமார்க்கம், உயர்ந்தோர் தாழ்ந்தோர் என்னும் பேதம் நீங்கி எல்லவர்களும் தம்மவர்களாய் சமத்திற் கொள்ளுதலாம் என்பது வள்ளலார் வாக்கு. மனித சமூக வாழ்வின் உயிர் நாடியை உணர்ந்த மக்கள்தான் இத்தகைய உயர்ந்த மனோபாவத்துடன் வாழமுடியும். இந்த உயர்ந்த மனப்பான்மையுடையவனே உண்மை மனிதன். அவனே பூரண மனிதத்தன்மை உள்ளவனும் ஆவான். இந்த

மனிதத்தன்மையைப் பற்றி ஒரு பாடலில் விளக்கமாகக் கூறியிருப்பதைப் பாருங்கள்.

சாதி, மதம், இனம், நிறம், தேசம் பாஷை நாகரிகம் ஆகிய எந்த வகையிலும் பேதம் பாராட்டக் கூடாது. எல்லாவுயிர் களையும் தம்முடைய உயிரைப் போலவே எண்ணவேண்டும். இது வெளிவேஷமாக இருந்தால் பயனில்லை. உள்ளத்திலே இந்த வகையான ஒற்றுமை எண்ணம் அமைந்திருக்க வேண்டும். எல்லா உயிர்களோடும் உறவு கொண்டாடி உவப்படைய வேண்டும்.

இப்படிச் செய்கின்றவர் யாரோ அவருடைய மனந்தான் களங்கமற்ற அறிவு வடிவாகும் அந்த அறிவில்தான் எம்பெருமான் அன்புருவில் நடம் புரிவான். அதுதான் அன்பு நடனம் புரியும் இடம். இந்த உண்மையை நான் உணர்ந்து விட்டேன்.

இத்தகைய அறிவுடையவர்களின் பாதத்திற்குத் தொண்டு செய்யவே என் மனம் விரும்புகின்றது. இத்தகைய மனிதத் தன்மையுடைய பேரறிவாளரைப் பின்பற்றித் தொண்டு செய்யவே ஆசைப்படுகின்றேன்.

எத்துணையும் பேதம் உறாது எவ்வுயிரும்
தம்உயிர்போல் எண்ணி, உள்ளே
ஒத்து, உரிமை யுடையவராய் உவக்கின்றார்
யாவர்? அவர் உளந்தான் சுத்த
சித்துஉருவாய் எம்பெருமான் நடம்புரியும்
இடம்; என, நான் தெரிந்தேன்; அந்த
வித்தகர்தம் அடிக்குஏவல் புரிந்திடஎன்
சிந்தைமிக விழைந்த தாலோ

இந்த அன்புருவப் பாடலை அகமுருகிப் பாடுகின்றனர் பலர். ஆனால் அவர்கள் உள்ளத்திலே இத்தகைய உயர்ந்த ஞானம் குடிகொண்டிருக்கிறதா? அவர்களுடைய செயல்களிலே இந்தப் பாட்டின் வாடை பரிமளிக்கின்றதா? இத்தகைய மனிதத் தன்மையைக் கொண்ட மக்கள் சமுதாயம் வளர்ந்து தழைப்பதைக் காண்பது எந்நாள்?

இத்தகைய மனிதத்தன்மை வேண்டும் என்பதை நம்முடைய கலைகள் ஒத்துக் கொள்ளுகின்றன; சமயங்கள் எல்லாம் ஒத்துக் கொள்ளுகின்றன; பெரியோர்கள் எல்லோரும் ஒத்துக் கொள்ளுகின்றனர். ஆனால் நடைமுறையிலே ஒன்றும் நடப்பதில்லை: வாயளவிலே சமரசம்பேசி வாழ்கின்ற மக்களே பலர். உள்ளத்திலே சமரசம் கொண்டோர் ஒரு சிலர்தான். ஆனால் இன்றைய தலைமுறையில் இந்தச் சமரச மனப் பான்மை வளர்ந்துவருகிறது. இவ்வளர்ச்சி நிச்சயம் பயன் அளிக்கும் என்பது உறுதி:

12. சாதி வேற்றுமை

சாதி என்று தமிழில் வழங்குகிறோம். இது வடமொழிச் சொல். இதன் உண்மை உருவம் ஜாதி, ஜம் என்ற பகுதியி லிருந்து பிறந்த சொல். பிறப்பில் வேற்றுமை உள்ள பொருள் களையே ஜாதி என்ற பெயரால் வழங்கலாம். மக்கட்பிரிவு, ஜாதி என்ற பெயரால் தமிழில் குறிப்பிடவில்லை. குலம், குடி என்ற பெயர்களே மக்கட் பிரிவைக் குறிப்பவை. குலம்-பெரும்பிரிவு. குடி-தனிக்குடும்பம் பரம்பரையாக வரும் தனிக்குடும்பம் குடி. பல குடிகளின் கூட்டம் குலம். ஜாதி என்றால் மக்கள் எல்லோரும் ஒரு சாதிதான்.

இதுபோல் பறவைகள் ஒரு சாதி, விலங்குகள் ஒரு சாதி. நீர்வாழ்வன ஒரு சாதி. ஊர்வன ஒரு சாதி. இதுதான் பழந்தமிழ் நூல்களில் நாம் காணும் சாதிப் பிரிவுகள்.

நாளடைவில் இம்முறை மாறிவிட்டது. தொழில் காரணமாக நான்கு பிரிவுகள் தோன்றின. நான்கு நாற்பதாகி நாற்பது நானூறாகி, நானூறு நாலாயிரமாகி விட்டன.

இந்தப் பிரிவு காரணமாக மக்களுள் ஒற்றுமை குறைந்தது. குரோதம் வளர்ந்தது. ஒன்றுபட்டு வாழ வேண்டிய மனித சமூகம் துண்டுபட்டுப் பிளவுபட்டுக் கிடக்கின்றது. சாதி என்ற நினைப்பின் காரணமாக, மக்கள் தங்களுக்குள் இருக்கும் பிணைப்பை மறந்து விடுகின்றனர்.

நாம் உண்ணும் உணவு முழுவதையும் நாமே தேடிக் கொள்ள முடியாது. நிலத்தைப் பண்படுத்துகின்றனர் ஒரு கூட்டத்தார்.

நிலத்தைப் பண்படுத்துவதற்கான கருவிகளைச் செய்து கொடுக்கின்றனர் ஒரு கூட்டத்தார். நிலத்தைப் பண்படுத்துவதற்கு இரும்புக் கருவிகள், மரக்கருவிகள் தேவைப்படுகின்றன. இரும்புக் கருவிகள் கிடைப்பதற்கு இரும்புச் சுரங்கத் தொழிலாளர்கள், நிலக்கரிச் சுரங்கத் தொழிலாளர்கள் உதவி செய்கின்றனர். சாதாரணக் கொல்லு வேலை செய்வோர், தச்சுவேலை செய்வோர் உதவியும் அவசியம். இத்தகைய பல தொழிலாளர்களின் மூலமே விவசாயம் நடைபெறுகின்றது. தானியத்தை விதைத்துப் பயிராக்கி, அறுத்து, அரைத்து, சமைத்து உணவாக்கி, உண்ணும் வரையில் எவ்வளவு மனிதர்களின் உதவி தேவையென்று எண்ணிப் பாருங்கள், உண்மை விளங்கும்.

நமது வாழ்க்கையில், நாம் அனுபவித்து வருகின்ற ஒவ்வொரு பண்டங்களையும், அவைகளை உற்பத்தி செய்யும் தொழிலாளர்களையும் பற்றிச் சிந்தித்துப்பாருங்கள். இவ்வாறே உலகம் இயங்கும் விதத்தை நாம் சிந்தித்துப் பார்த்தால் மனித வாழ்க்கையின் கூட்டுறவு விளங்கும். இந்தக் கூட்டுறவை மறந்த மக்கள்தான் சாதிப் பிரிவு காரணமாகச் சண்டையிட்டுக் கொள்ளுகின்றனர்.

எண்ணற்ற சாதிகள்! ஒவ்வொரு சாதியினரும், வேறு வேறு விதமாக உடையணிகின்றனர். ஆண்களின் உடையில் அவ்வளவு வேறுபாடில்லை. பெண்களுக்குள் தான் உடை வேறுபாடு, கல்யாணம், கருமாதிபோன்ற சடங்குகளில் சாதியின் பெயரால் வேறுபாடுகள். நகையணிவதில் கூட சாதி வேற்றுமை.

இப்பொழுது ஓரளவு சாதி வித்தியாசம் பாராட்டுவது மறைந்து வருகின்றது. சில ஆண்டுகளுக்கு முன் வரையிலும் ஏன் இன்று கூடச் சிலரிடம் சாதி மனப்பான்மையுண்டு. ரயிலிலோ மோட்டாரிலோ பிரயாணம் செய்யும் போது முன்பின் அறியாத இருவர் பேசிக்கொள்ளும் போது, முதலில்

ஊரை விசாரிக்கின்றனர். இரண்டாவது தொழிலை விசாரிக்கின்றனர்; மூன்றாவது தாங்கள் என்ன வர்ணமோ? என்று சாதியை விசாரிக்கின்றனர். இதன் பிறகே குடும்பத்தைப் பற்றி விசாரிக் கின்றனர். இந்த வழக்கம் இன்னும் இருந்துவருவது சாதி வெறி மாறவில்லையென்பதற்கு அடையாளம்.

இந்தச் சாதி வெறி எந்த அளவு மனித சமூகத்தைத் துன்புறுத்துகின்றது என்பதைச் சிறிது ஆராய்ந்து பாருங்கள். ஒரு உயர்தரப் பதவியில், ஒரு பிராமணர் இருந்தால் அவர் தன்னுடைய சாதிக்கே சலுகை காட்டுகின்றார். ஒரு முதலியார், ஒரு பிள்ளை, ஒரு நாயுடு, ஒரு ரெட்டியார், ஒரு நாடார் போன்ற எந்த மனிதர் இருந்தாலும் அவர்கள் தங்கள் சாதியினருக்குச் சலுகை காட்டப் பின்வாங்குவதேயில்லை.

சாதிவெறி பிடித்தவர்கள் அரசாங்கத்தில் உயர்பதவியில் இருந்துவிட்டால், அதனால் பலருக்குத் தீங்கு விளைகின்றது. உழைப்பும், தகுதியும், திறமையும் உடைய பல ஊழியர்களுக்கு நியாயமாகக் கிடைக்கவேண்டிய பதவிகள் கிடைப்பதில்லை.

சாதியின் பேரால் கட்சிகளும், சங்கங்களும், சண்டைகளும் தோன்றுகின்றன. இவைகள் மக்களுடைய ஒற்றுமையைக் கெடுத்துக் கலகத்தையும் குழப்பத்தையும் உண்டாக்குகின்றன. கலகமும், குழப்பமும் நிலவும் நாட்டில், தொழில் வளர்ச்சி குன்றும்; விவசாயம் தடைபடும்; நாட்டின் பொருளாதாரம் குறையும்.

நீண்ட நாட்களாக நமது நாட்டில் நிலைத்துப் பெருகி வந்த சாதிச் சண்டைகளே நம்மை அந்நியர்க்கு அடிமையாக்கின என்ற உண்மை எல்லோரும் அறிந்ததே.

நமது வள்ளலார், பல பாடல்களில் சாதி வித்தியாசம் பாராட்டுவது அர்த்தமற்றது: சாதி என்பது பொய், கற்பனை என்று பாடியிருக்கின்றார்.

நால்வருணம், ஆச்சிரமம், ஆசாரம் முதலாம்
நவின்றகலைச் சரிதமெலாம் பிள்ளைவிளையாட்டே.

நால்வகைச் சாதிகள் கூறுதல், நால்வகைச் சாதிகளுகக்கும் தனித் தனி ஒழுக்கம் உண்டென்று கூறுதல், அவர்களுக்குள் உயர்வு தாழ்வு கற்பித்தல் எல்லாம் அறிவுடையார் செய்கையல்ல; சிறுபிள்ளைகளின் விளையாட்டுச் செயல். அறியாமையால் எழுந்தது.

சாதிமதம் சமயம் எனும் சங்கடம்விட்டறியேன்.

மக்களைப் பிரித்து வைத்திருப்பது சாதி, மதம், சமயம் என்பவைகள் இவைகள் மக்கள் சமூகத்திற்குச் சங்கடத்தை உண்டாக்குவன.

சாதியும் மதமும் சமயமும் தவிர்ந்தேன்.

ஆதலால் இந்தச் சங்கடத்திலிருந்து நீங்கினேன்.

சாதியை, நீள் சமயத்தை, மதத்தையெல்லா
விடுத்து, என்றன்னை ஞான
நீதியிலே, சுத்தசிவ சன்மார்க்க
நிலைதனிலே நிறுத்தி னானை.

இந்தச் சங்கடம் விளைக்கும் சாதிவெறியை விட்டேன். மதவெறியை விட்டேன். அதன் பிறகுதான் அறிவின் வழி

நீதி மார்க்கத்தில் - அன்போடு கூடிய உண்மை மார்க்கத்தில்- நின்றேன்.

மேலே காட்டியவை இராமலிங்கரின் கருத்துக்கள். யாதும் ஊரே யாவரும் கேளிர் என்ற தமிழரின் பண்பாட்டை மீண்டும் நிலை நிறுத்துவதே வள்ளலாரின் நோக்கம்.

13. ஒரே இனம்

எல்லோரும் ஓர் இனம். எல்லோரும் ஓர் குலம். எல்லோரும் இவ்வுலக மக்கள். இது உண்மை. நாம் இவ்வுலக மக்களின் ஒரு பகுதி. நமது நாடு இவ்வுலகில் ஒரு பாகம். நம்மை இவ்வுலக மக்களிடமிருந்து பிரிக்க முடியாது. நமது நாட்டை இவ்வுலகத் தொடர்பிலிருந்து துண்டிக்க முடியாது. நம்மை அறிந்தோ அறியாமலோ, நாம் உலக மக்களுடன் இணைந்திருக்கின்றோம்; நமக்குத் தெரிந்தாலும் சரி, தெரியா விட்டாலும் சரி, நமது நாடு உலகத்துடன் இணைந்துதான் இருக்கின்றது.

இந்த உண்மையை மறவாதவர்கள்தான் எல்லோரும் ஓர் இனம், எல்லோரும் ஓர் குலம், எல்லாரும் இவ்வுலக மக்கள் என்ற கொள்கையை ஒப்புக் கொள்ளுவார்கள்.

எல்லா உயிர்களும் ஒன்றே. உயிர்களுக்குள் வேறுபாடே இல்லை. எல்லாவற்றையும் ஒன்றே என நினை, வேற்றுமை பாராட்டாதே என்பதுதான் நமது வேதாந்தம்.

ஒரு காலத்தில் வேதாந்தம் என்றால் அது திண்ணைத் தூங்கிகளின் பாடம்; சோம்பேரிகளின் வாய்ப்பேச்சு; உலக வாழ்க்கைக்குப் பொருந்தாத உருப்படாத கொள்கை; குடும்ப வாழ்க்கையைத் துறந்து சந்நியாசம் கொள்வோர்க்குச் சாதகமான ஊன்றுகோல்; என்றெல்லாம் பரிகசிக்கப்பட்டு வந்தது.

ஆனால் சுமார் நூறாண்டுகளுக்கு முன்தான் இந்திய வேதாந்தத்தின் உண்மை உலக முழுவதும் பரவிற்று. இன்று உலக மக்களுடைய சமாதான வாழ்வுக்குச் சாதனம் என்று பேசப்படுவது பொதுவுடைமைத் தத்துவம். அபேதவாதம், சமதர்மம் போன்ற நவீன அரசியல் கொள்கைகள். இந்த அரசியல் தத்துவங்கள் மேலோங்க மேலோங்க, இந்திய வேதாந்தத்தின் உயர்வும் மேலோங்கி வருகின்றது.

எல்லா மக்களும் ஒன்று என்னும் வேதாந்தத்தை ஒப்புக் கொண்டவர்கள் உலகம் ஒரு சமுதாயம் என்ற முடிவை ஒப்புக் கொள்ளப் பின்வாங்க மாட்டார்கள். இவர்கள் சமுதாய வேற்றுமைகளைப் பாராட்ட மாட்டார்கள். மக்களைப் பல வகையில் உயர்வாகவும், தாழ்வாகவும் பாகுபாடு செய்யும் அரசியல் சூழ்ச்சிகளையும் வெறுப்பார்கள்.

உலகம் ஒன்று, மக்கள் ஒன்று எல்லோரும் இன்புற்று வாழ வேண்டும் என்னும் உயர்ந்த வேதாந்த விளக்கை நமது நாடு தான் உலகில் முதலில் ஏற்றிவைத்தது. இன்று இவ்விளக்கின் ஒளி உலக முழுவதும் சுடர்விடுகின்றது. இவ்வொளியே எல்லா மக்களும் ஒரே சமுதாயமாக இணைந்து வாழ வேண்டும் என்னும் அரசியல் தத்துவத்தை உலகத்திற்குக் காட்டிக் கொடுத்தது.

நமது வேதாந்தத்தின் உண்மையையும் அவ்வுண்மையி லிருந்து தோன்றிய புதிய-சமுதாய வேறுபாடற்ற -அரசியலையும் பின்பற்றினால்தான் உலக சமாதானம் உண்டாகும்.

ஒரு ஊரில் வாழும் மக்கள் அனைவரும் ஒன்றுபட்டு வாழ்ந்தால் அவ்வூருக்குப் பெருமையுண்டு. எல்லா மக்களுக்கும் இருக்கச் சுகாதார வசதியுள்ள இடம், உண்ணப் போதுமான உணவு, உடுத்துவதற்கு ஆடை, படிப்பதற்குப்

பள்ளிக்கூடம், வைத்திய வசதிகள், பொழுது போக்குவதற்கான கலைக்கூடங்கள் வேண்டும். இந்த வசதிகள் ஒரு ஊரில் உள்ள எல்லா மக்களுக்கும் கிடைக்குமானால் அவ்வூரில் திருட்டுக்கு வேலை யில்லை; பொய்க்கு இடமில்லை; அடிபிடி சண்டைக்கு ஆதரவில்லை; கொலை தலைகாட்டாது; தந்நலங்கருதிய தீச்செயல்கள் மக்களிடம் தோழமைகொள்ள அஞ்சும். இது ஒரு ஊருக்கும் பொருந்தும்; ஒரு நாட்டுக்கும் பொருந்தும். இந்த உலகுக்கே பொருந்தும்.

ஒரு ஊரில் உள்ள தந்நலங் கொண்ட ஒரு மனிதன் இவ் வுண்மையை மறந்து தான்மாத்திரம் வாழ்ந்தால் போதுமென்று நினைத்தால் இறுதியில் அவன் கதி அதோகதிதான். அவன் வாழும் ஊரில் உள்ள ஒவ்வொரு வீடும் இடிந்து குட்டிச் சுவராகி விட்டால்-ஒவ்வொரு குடும்பத்தினரும், உணவுக்கும் உடைக்கும் வழியின்றி வெளியேறி விட்டால்- மிஞ்சியிருக்கும் ஒரு மனிதன் கதியென்ன? அவன் ஒருவசதியும் பெற முடியாமல் அவ்வூரிலேயே கிடந்து சாகவேண்டும்; அல்லது மற்ற மக்களைப் போல் எல்லா வசதிகளையும் துறந்து வெளியேற வேண்டும். தான்மாத்திரம் சுகமாக வாழ்ந்தால் போதும் என்ற அவனுடைய கோரிக்கையும் பாழடைந்து போகின்றது.

இந்த உண்மையை அடிப்படையாகக் கொண்டு சிந்தித்துப் பார்த்தால் ஒரு உண்மை விளங்கும். மற்றவர்க்குத் தீமை செய்து தன்னுடைய சுகத்திற்கு மாத்திரம் இடந் தேடிக் கொள்ளும் மனிதன் தன்னையறியாமலே தனக்கே அழிவைத்தேடிக் கொள்ளுகின்றான். இவ்வுண்மையை நமது நாட்டினர் ஆயிரக்கணக்கான ஆண்டுகளுக்கு முன்பே அறிந்திருந்தனர். அதனால்தான் அவர்கள், உனக்கென வாழ்க்கை நடத்தாதே; பிறர்க்கென வாழ்க்கை நடத்துக; பிறர் நலத்துக்காகவே எப்பொழுதும் பணி செய்க ; பிறர் நலத்திற்கு உழைப்பதே மக்கள் கடமை என்றெல்லாம் கூறிவைத்தனர்.

பரந்த நோக்கமுள்ளவர்கள் தந்நலத் தியாகத்தையே பெரிதாகப் போற்றினர். தந்நலத் தியாகிகளாலேயே உலகம் அமைதி பெறமுடியும். மக்கள் இன்புற்று மகிழ்ந்து வாழ முடியும். தந்நலத் தியாகமுடையவர்களையே, உலகம் அவதார புருஷர்களாகப் போற்றுகின்றது; பெரியோர்களாகக் கொண்டாடுகின்றது. ஞானிகளாக - தீர்க்கதரிசிகளாக - சீர் திருத்தவாதிகளாகப் பாராட்டுகின்றது.

இத்தகைய தந்நலத் தியாகம் உலகம் உய்யப் பணிபுரியும் தன்மை- ஆருயிர்களுக்கெல்லாம் அன்பு செய்யும் அருங்குணம் மக்களிடம் வளரவேண்டும் என்பதே வள்ளலார் உள்ளம்.

பார் உய்யப் புரிக எனப் பணித்துஎனக்கு அருளிஎன்
ஆருயிர்க் குள் ஒளிர் அருட்பெரும் சோதி.

உலகம் முன்னேறும்படியான செயல்களைச் செய் என்று கட்டளையிட்டு எனக்கு அருள்செய்து, என் உயிரோடு இணைந்து நிற்கும் இரக்கமாகிய பேரொளியே!

எவ்வுயிர்த் திரளும் என்னுயிர் எனவே
எண்ணிநல் இன்புறச் செயவும்.

இவ்வுலகில் உள்ள எல்லா உயிர்க் கூட்டங்களும், என்னுடைய உயிரும் ஒன்றுதான்: மற்ற உயிர்களுக்கும் என்னுடைய உயிருக்கும் எந்த வேற்றுமையும் இல்லை என்ற உண்மையை எண்ணி, எல்லாவுயிர்களும் இன்பம் அடையும் படியான செயல்களைச் செய்யவேண்டும்.

அப்பாநான் வேண்டுதல்கேட்டு அருள்புரிதல் வேண்டும்
ஆருயிர்கட்கு எல்லாம்நான் அன்புசெயல் வேண்டும்.

அப்பனே, நான் பலநாளும், பலமுறையும் வேண்டுகின்ற வேண்டுகோளைக் கேட்டு, எனது வேண்டுகோளின்படி நான் நடப்பதற்கு இடங்கொடுக்க வேண்டும். அந்த வேண்டுகோள் என்ன? உலகில் வாழ்கின்ற எல்லா உயிர்களுக்கும், அவைகள் நன்மை பெறும்படி, நான் அன்போடு பணிசெய்ய வேண்டும். இதுதான் எனது வேண்டுகோள்.

மன்னுயிர்கள் அனைத்தும் மகிழ்ச்சியடையும் வகையில்; தந்நலமின்றிப் பணிபுரிவதே தமிழர் பண்பாடு; உலகம் போற்றும் உயர்ந்த கொள்கை; வேதாந்தத்தின் சாரம்; நவீன அரசியலின் முடிவு. உலகம் ஒன்றுபட்டு அமைதியோடு வாழ்வதற்கு வழி காட்டும் சிறந்த சாலை.

14. உலகம் ஒன்றாகும்

உலகம் ஒன்றுபட்டு வாழவேண்டும் சாதிபேதம், இன பேதம், சமயபேதம், மொழிபேதம் தேசபேதம் எல்லாம் இருந்த இடம் தெரியாமல் அடியற்றுச் சாய வேண்டும் இவ்வாறு பலர் சொல்லுகின்றனர். இதைச் சொல்பவர்களைப் பார்த்து இன்று சிலர் ஏளனம் செய்யலாம்.

சாதிபேதம் பேசிச் சமூகத்தைச் சுரண்டுகின்றனர் சிலர். இனவெறியைக் கிளப்பிவிட்டுப் பொருளாதாரப் சமத்துவக் கிளர்ச்சிக்குத் தடை விதிக்கின்றனர் சிலர். சமய பேதங்கள் பேசிச் சதி செய்து மக்களைச் சுரண்டுகின்றனர் சிலர் மொழி பேதம் பேசி மக்களை மூடர்களாக்கப் பார்க்கின்றனர் சிலர். தேச பேதத்தைப் பலப்படுத்தித் தங்கள் ஏகபோக வாழ்வுக்கு இடையூறு நேராமல் சமாளிக்கப் பார்க்கின்றனர் சிலர்.

இத்தகைய பேதங்கள் இனி நிலைத்து நிற்க முடியாது. மக்கள் விழித்துக் கொண்டனர். பேதங்களால் வரும் தீமைகளைக் கண்டறிந்தனர். பேதங்களால் ஒருசில சூதர்களே உயர்ந்த வாழ்க்கை நடத்துகின்றனர் என்ற உண்மையை உணர்ந்து விட்டனர். ஆதலால் இனி அவைகள் அழிந்துபோக வேண்டியது தான். அழிந்துபோகும் காலமும் நெருங்கிவிட்டது.

இவ்வுண்மையைக் கூறுவோரைப் பார்த்து, பேதம் பேசிப் பாமர மக்களைச் சூறையாடும் சூதர்கள் பரிகசிக்கலாம். பைத்தியக்காரர்கள் என்று வசை கூறலாம். வாய்வேதாந்திகள் என்று எளிதாகச் சொல்லிவிடலாம்.

ஆனால், இன்று உண்மையிலே உலகம் ஒன்றாகிக் கொண்டு வருகிறது. இதை இவர்கள் கண்கள் பார்க்க மறுக்கின்றன. இன்று எந்தச் சமூகமும் தங்கள் பழமையான தனி நாகரிகத்துடன் வாழவேயில்லை. ஆண் பெண்கள் அனைவரும் நடை உடை பாவனைகளில் ஒத்த நாகரிகமுடையவர்களாக ஒன்று பட்டுக் கொண்டே வருகின்றனர்.

இன்று எந்த ஒரு மொழியும், பிறமொழி கலவாத தனி மொழியாக வழங்கவில்லை. பேச்சு வழக்கிலே உள்ள ஒவ்வொரு மொழியிலும் பேச்சு வழக்கிலே உள்ள பிற மொழிகளின் சொற்கள் கலந்து வருகின்றன! இது இயற்கை.

கல்வி காரணமாக -பலநாட்டு மக்கள் ஒன்றாகப் பழகுவதன் காரணமாக-சாதி, இனம் மடிந்து வருகிறது பல சாதிக்காரர் களுக்குள்ளும், பல இனத்தினர்க்குள்ளும், பல நாட்டினர்க் குள்ளும் கலப்பு மணங்கள் நடைபெறத் தொடங்கி யிருக்கின்றன.

இனியும் சமய பேதங்களை நிலைநாட்டிச் சமூகத்தை அடக்கி ஆளலாம் என்று நினைத்தால், கண்டிப்பாக, அவர்களை விடப் பிறபோக்காளர்கள் யாரும் இருக்க முடியாது.

இனியும் மக்களிடையிலே சாதி பேதத்தைப் பரப்பிச் சமூகத்தைக் கொள்ளையடிக்கலாம் என்று முயற்சிப்போரின் வஞ்சகம் அதிக நாளைக்கு நிலைத்து நிற்காது. அவர்களுடைய சூழ்ச்சியை வெகுவிரைவில் மக்கள் உணர்ந்து கொள்ளுவார்கள்.

இன்று உலகபோக்கைப் பாருங்கள்; எல்லா நாட்டிலும் உலகம் ஒன்றுபட வேண்டும் என்ற எண்ணம் தலைதூக்கி

நிற்கின்றது. ஒருசில சுயநலவாதிகளைத் தவிர எல்லா நாட்டுப் பொதுமக்களும் வேற்றுமையை வெறுக்கின்றனர்.

எல்லா நாடுகளிலும் சாதி வித்தியாசத்தைக் குழி தோண்டிப் புதைக்கும் வகையில் சட்டங்கள் செய்யப்படுகின்றன. ஒருசில வெறியர்களின் ஆட்சி நடைபெறுகின்ற சில சிறு நாடுகளிலே சாதி வேற்றுமைக்கு உயிர்க்கொடுக்கும் வகையிலே சட்டங்கள் கொண்டுவர முயற்சி செய்யப்படுகின்றன. அந்த முயற்சியை அந்தநாட்டு மக்களே எதிர்க்கின்றனர்; வெறுக்கின்றனர்; அநாகரிகமான ஆபாசச்செயல் என்று ஆத்திரப்படுகின்றனர்.

எந்த நாட்டிலும், நாகரிகத்தை மாற்றிக் கொள்வதைத் தடுக்கச் சட்டம் இல்லை. புதிய நாகரிகத்தை ஏற்றுக் கொள்வதைத் தடுக்கச் சட்டம் இல்லை. அநாகரிகமாகக் கருதப்படும் பழைய நாகரிகத்தை ஒழிப்பதைத் தடை செய்யச் சட்டம் இல்லை. எந்த நாட்டு மக்களும் எந்த நாகரிகத்தையும் மேற்கொள்ளலாம்; எந்த நாட்டு மக்களும் எந்த நாகரிகத்தையும் உதறித் தள்ளி விடலாம்.

இந்த நிலையிலே ஒருசில சுயநலக்கார வெறியர்கள் ஜாதி, மதம், நாகரிக வித்தியாசங்களைக் காப்பாற்ற முனைவது வீண் முயற்சி; பயன்தராத பாடு. இந்த உண்மையை 1872-ம் ஆண்டிலேயே வள்ளலார் கூறிவிட்டார். அவர் கூறியிருப்பது இன்று நடைமுறையில் வளர்ந்து வருவதைக் காணலாம்.

பலவகைப்பட்ட, சமயபேதங்களும், ஜாதி பேதங்களும் ஆசார பேதங்களும் போய் சுத்த சன்மார்க்கப் பெருநெறி ஒழுக்கம் விளங்கும். அது கடவுள் சம்மதம். இது 29 வருஷத்திற்கு மேல்.

இது வள்ளலார் எழுதியது; 1872-ஆம் ஆண்டிலே இதை எழுதினார். இதன்படி பார்த்தால் 1901-ஆம் ஆண்டு முதல் ஜாதி, மத, ஆச்சார பேதங்கள் ஒழியும் என்பது அவருடைய நம்பிக்கை. இந்த நம்பிக்கை வீண் போகவில்லை.

1901-ஆம் ஆண்டு முதல் உலக சரித்திரத்தை ஆராய்ந்து பாருங்கள். 1901-லிருந்து இன்று வரையிலும் உலகத்திலே பல நாடுகளிலும் பல அரசியல் புரட்சிகள் நடந்திருக்கின்றன; பல சமூகப் புரட்சிகள் நடந்திருக்கின்றன; பல நாகரிகப் புரட்சிகள் நடந்திருக்கின்றன.

இந்தப் புரட்சிகளால் மத ஆதிக்கக் கோட்டைகள் பல இடிந்து பாழாயின: ஜாதீய வலைகள் சுக்குநூறாக அறுந்து போய்விட்டன: பல நாகரிகங்களும் ஒன்றுபட்டுக் கலந்து விட்டன.

1901-ஆம் ஆண்டு முதல்தான் உலகிலே பல பாகங்களிலும் பகுத்தறிவு இயக்கங்கள் தோன்றி வேலை செய்து வருகின்றன இன்று ஒவ்வொரு நாடுகளிலும் பல பெயர்களிலே, பல உருவங்களிலே பகுத்தறிவு இயக்கங்கள் வேலை செய்கின்றன. இந்த இயக்கங்கள் சில சில்லரைக் கொள்கைகளிலே ஒன்றோடு ஒன்று முரண்பட்டுத் தனித்தனியாக வேலை செய்து கொண்டிருந் தாலும் வள்ளலார் கூறிய மூன்று விஷயங்களிலே முரண்படு வதில்லை.

சமய பேதங்கள் தொலைய வேண்டும் என்பதிலே, ஜாதி பேதங்கள் ஒழிய வேண்டும் என்பதிலே, ஆச்சார பேதங்கள் அழிய வேண்டும் என்பதிலே எல்லாச் சீர்திருத்த இயக்கங்களும் ஒத்துழைக்கின்றன. இது ஒன்றே வள்ளலாரின் தீர்க்க திருஷ்டி நிறைவேறிக்கொண்டு வருகிறது என்பதைக் காட்டுவதாகும்.

உலகத்தில் உள்ள எல்லா மார்க்கங்களும் ஒன்றாகப் போய்விடும். உலகத்தவர்களே, நான் கூறுவது வெறுங்கனவு என்று நினைக்காதீர்கள்! இது உண்மை. உங்களுடைய சோம் பேரித்தனத்தை விட்டுத் துணிவு கொள்ளுங்கள்! இன்று மக்களைத் தனித்தனியே பிரித்து வைத்துத் துன்புறுத்தும் பேதங்களெல்லாம் என்று ஒழியுமோ என ஏக்கமடையாதீர்கள்! சன்மார்க்க சங்கமாகிய உண்மை நெறிக் கழகத்தைச் சேருங்கள்! உண்மையாகவே நீங்கள் இன்பமைடயும் நல்வழியைக் கண்டு கொள்வீர்கள்! ஆதலால் இப்பொழுது இதைச் செய்யுங்கள் என்கிறார் வள்ளலார்.

மார்க்களலாம் ஒன்றாகும், மாநிலத்தீர் வாய்மையிது;
தூக்கம்எலாம் நீக்கித், துணிந்து, உளத்தே-ஏக்கம்விட்டுச்
சன்மார்க்க சங்கத்தைச் சார்ந்திடுமின்! சத்தியம், நீர்
நன்மார்க்கம் சேர்வீர் இந் நாள்.

என்ற வெண்பாவால் உலகம் ஒன்றாகும் என்ற உண்மையைக் காணலாம். மேலும் வடலூரார் இக்கொள்கையை,

பன்மார்க்கம் எல்லாம் பசையற்று ஒழிந்தனவே
சன்மார்க்கம் ஒன்றே தழைத்ததுவே

என்று வலியுறுத்திக் கூறுவதையும் காணலாம்.

ஆகவே, உலக ஒற்றுமையை விரும்புவோர் வேற்றுமையைக் கூச்சல்களைக் கண்டு வெருளவேண்டியதில்லை.

15. ஒரே உலகம்

உலகம் ஒன்றுதான். நாம் காணும் இவ்வுலகம் ஒரே உருண்டையாகத்தான் இருக்கின்றது. இந்த உலகத்தைத் தவிர இன்னும் எண்ணற்ற உலகங்கள் இருப்பது உண்மை. விஞ்ஞானி களும் இதைக் காட்டிலும் விரிந்த பல உலகங்கள் உண்டென உரைக்கின்றனர். புராணக்காரர்களும் பல உலகங்கள் உண்டெனப் புகல்கின்றனர்.

ஆனால் புராணங்காரர்களுக்கும், விஞ்ஞானிகளுக்கும் வேற்றுமையுண்டு. புராணக்காரர்கள் கண்டறிந்த உலகங்கள் பதினான்கு. நமது உலகுக்கு மேலே ஏழுலகம்; கீழே ஏழுலகம். அடுக்குப் பானை போல் இந்தப் பதினான்கு உலகங்களும் ஒன்றின் மேல் ஒன்றாக அமைந்திருக்கின்றன. பதினான்கு உலகங்களிலும் பதினான்கு வகையான உயிர்த்தொகைகள் வாழ்கின்றன. இவற்றைப் பற்றித் திட்டமாகக் கட்டுப்பாடாக இந்த உலகங்களை யெல்லாம் சுற்றிப் பார்த்தவர்களைப்போல் எழுதி விட்டார்கள். இந்து மதப் புராணங்களைப் படித்தவர்களுக்கு இதைப்பற்றித் தெரியும்.

ஆனால் விஞ்ஞானிகள் கூறும் உலகங்களுக்குக் கணக்கில்லை. இந்த உலகங்களைக்காட்டிலும் இன்னும் பெரிய பெரிய உலகங்கள் உண்டு; நாம் காணும் சூரியனைக் காட்டிலும் இன்னும் பெரிய சூரியர்கள் உண்டு. எத்தனையோ சந்திரர்கள் உண்டு என்றெல்லாம் கூறுகின்றனர்.

இவைகளில் யார் கூறுவது உண்மை? யார் கூறுவது பொய்? என்ற ஆராய்ச்சி நமக்கு வேண்டாம். இருவர் கூற்றிலிருந்தும்

நமக்குத் தெரியும் உண்மை. இன்னும் பல உலகங்கள் உண்டென்பதுதான்: இந்த உலகம் ஒன்றாக இருக்கிறது என்பது தான். இந்த உலகத்தைப் பொறுத்த வரையிலும் உருவத்தில் ஒன்றேயென்பதில் ஐயமில்லை.

ஒன்றாக உள்ள இவ்வுலகத்தில் மக்கள் மாத்திரம் ஒன்றாக இல்லை; சிறிது சிறிது உருவத்தில் வேறுபட்டிருக்கின்றனர். இவை இயற்கையில் உண்டான வேற்றுமைகள். அந்தந்த நாட்டின் பூபாகத்தில் உள்ள தட்பவெப்ப நிலைமை காரணமாக உண்டான வேறுபாடுகள்.

ஆனால் கொள்கையில் மக்களிடம் வேறுபாடேயில்லை. இவ்வுலகில் எப்படி வாழவேண்டும் என்பதில் எந்த மக்கள் கருத்திலும் வேற்றுமை இல்லை. எல்லா மக்களும் ஒரே கருத்துடனேயே வாழ்கின்றனர்.

பிறந்த நமக்கு இறப்பு உண்டு. இருக்கும் வரையிலும் நாம் இவ்வுலகில் இன்பத்துடன் வாழவேண்டும். நோயற்று வாழ வேண்டும். உலகில் உள்ள இயற்கை அதிசயங்களைப் பார்க்க வேண்டும் கண்ணுக்கினிய காட்சிகளைக் காணவேண்டும். காதுக்கினிய மொழிகளைக் கேட்க வேண்டும். உடலுக்கு இன்பந்தரும் விஷயங்கள் நுகர வேண்டும்.

இதுவே மக்களுடைய முடிந்த நோக்கம். இதற்காகவே மதம், ஒழுக்கம், கட்டுப்பாடு, அரசாங்கம், அரசாங்கச் சட்ட திட்டங்கள், சுதந்திரம், கலை, கலைவளர்ச்சி, வேத புராண சாதிரங்கள் எல்லாம். இன்பத்துடன் வாழ்வது மக்கள் நோக்கம். இந்நோக்கம் ஈடேற அவர்கள் பின்பற்றும் வழிகளிலே வேற்றுமைகள் பல. இந்த வேற்றுமைகளின் மூலம் மனிதகுலம் பலப்பலப் பிரிவாகப் பிரிந்து கிடக்கின்றது.

மக்கள் யாவரும் பிறப்பிலே ஒன்று. அவர்கள் பிறப்பிலே வேற்றுமையில்லை என்பதே இன்றைய அறிஞர்களின் கொள்கை பண்டைய ஞானிகள் என்போரும் இவ்வுண்மையை மதங்களின் மூலம், மத உபதேசங்களின் மூலம் வெளியிட்டிருக்கின்றனர். இருந்தும் மக்கள் எவரும் இதனைப் பின்பற்றுவதில்லை. பேசுகின்றவர்கள் எல்லாரும், மக்கள் அனைவரும் ஒன்று என்று பேசுகின்றனர். எழுதுகின்றவர்கள் எல்லோரும் மக்களுடைய பிறப்பிலே வேற்றுமையில்லை என்று எழுதுகின்றனர். இவ்வாறு பேசுவது பேச்சுக்கு மெருகு; எழுதுவது எழுத்துக்கு அழகு; அவர்கள் பேசுவதற்கும் எழுதுவதற்கும் இதுவே காரணம்.

ஒவ்வொரு நாடும் கூறுவது. தங்கள் நாட்டு மக்கள் இன்பத்துடன் வாழவேண்டும்; வறுமையின்றி வாழ வேண்டும்; அடிமையின்றி வாழ வேண்டும் என்பதுதான். இது உண்மையானால் ஏன் ஒரு நாட்டோடு மற்றொரு நாடு முட்டிக் கொள்ள வேண்டும்? ஏன் மோதிக் கொள்ள வேண்டும்? பாமர மக்களின் உயிரைப் போர்க்களத்திலே ஏன் பலி கொடுக்கவேண்டும்? பாமர மக்களின் உழைப்பை-செல்வத்தைப் போரின் மூலம் ஏன் பாழ்படுத்த வேண்டும்? இதை நாம் சிந்தித்துப் பார்க்க வேண்டாமா?

உலகம் பலவாறு பிரிந்து சண்டையிட்டுக் கிடப்பதற்குக் காரணம் உலகப் பொதுமக்கள் அல்லர். உலகப் பொதுமக்கள் இடையில் ஒத்த கருத்துண்டு; ஒன்றுபட்டு வாழவேண்டும் என்னும் எண்ணம் உண்டு; எல்லா மக்களும் ஒன்றுதான் என்னும் உள்ளக்கிடக்கை உண்டு. ஆனால், இந்த ஒற்றுமைக்கு உலை வைப்பவர்கள் ஒரு சிறிய கூட்டத்தினர். இச்சிறிய கூட்டத்தினருக்குத் தந்நலத்தை தவிர வேறு கொள்கையில்ல.

தாங்களே மக்களுக்குத் தலைவராக விளங்க வேண்டும்; தங்கள் சொற்படியே உலகம் ஆடவேண்டும்; உலகத்திலே பாடுபட்டும் பட்டினி கிடக்கும் கூட்டம் நிரந்தரமாக வாழ வேண்டும்; பாடுபடாமலேயே பரமாநந்தம் அனுபவிக்கும்

சிறு கூட்டமும் சிரஞ்சீவியாக வாழவேண்டும்; அப்பொழுது தான் அவனியை நாம் அடக்கி ஆளலாம்; எல்லோரும் வேற்றுமையின்றி இன்புற்று இணைந்து வாழும் நிலைமை ஏற்பட்டு விட்டால் நமது தனிப் பெருமதிப்புக்குத் தலைவலி வந்துவிடும்; என்று எண்ணும் ஒரு சிறு கூட்டம் உண்டு. இந்தச் சிறு கூட்டமே இன்று உலகத்தைச் சின்னாபின்னப்படுத்திச் சீரழித்து வருகின்றது.

இந்தக்கூட்டம் விரிந்திருக்கும் சாதி வலையிலே, மத வலையிலே, சமூக வலையிலே, இன வேற்றுமை வலையிலே, அரசியல் பித்தலாட்ட வலையிலே பொதுமக்களிற் பலர் வீழ்ந்து தடுமாறுகின்றனர். இத்தடுமாற்றத்தாலேயே உலகம் ஒன்றுபட முடியவில்லை ஆயிரக்கணக்கான ஆண்டுகளாக விரித்து வைத்திருக்கும் மேற்கண்ட வலைகள் அறுபடும் காலங் குறுகிவிட்டது. விரைவில் அந்த மாயவலைகள் எல்லாம் மக்கிப் போய்விடும். மக்கள் விடுபடுவர்.

இன்றைய உலக வேற்றுமைக்குக் காரணம் மக்களுடைய அறியாமை. பையித்தியக் காரணத்தனமான உண்மை உணராமை, இதை வள்ளலார் அழகாகக் கூறியுள்ளார்.

பித்தெலாம் உடைய உலகர்தம் கலகப்
பிதற்றெலாம் என்று ஒழிந் திடுமோ?

பைத்தியக்காரத்தனமான எண்ணங்களையும் கொள்கை களையும் உடையவர்கள் உலகத்தில் உள்ளவர்கள். அவர் களுடைய கலகத்திற்குக் காரணமான உளறுதல்கள் எல்லாம் என்றுதான் ஒழியுமோ! உலகம் ஒன்றாகுமோ அறியேன்.

ஒன்றெனக் காணும் உணர்ச்சி என்று உறுமோ!

உலகில் உள்ள மக்கள் எல்லாரும் ஒன்றே என்று நினைக்கும் - அவ்வாறே பார்க்கும்- அந்த நினைப்புடனேயே நடந்து கொள்ளும் உணர்ச்சி எப்பொழுதுதான் வருமோ!

கள்ளவா தனையைக் களைந்து அருள்நெறியைக்
காதலித்து ஒருமையில் கலந்தே,
உள்ளவாறு இந்த உலகெலாம் களிப்புற்று
ஓங்குதல் என்றுவந்து உறுமோ!

வஞ்சத்தோடு கூடிய துன்ப வாழ்க்கையை நீக்கி, அன்புடன் வாழ்வதில் ஆவல்கொண்டு, ஒன்றாகி வாழ்வதில் விருப்புற்று, உண்மையிலேயே இந்த உலகமெல்லாம் ஒன்றாகிக் களிப்படைந்து உயர்ந்து வாழும் வாழ்வு என்றுதான் வந்து சேருமோ!

இவ்வாறு ஒற்றுமையின் உயர்வை வெளியிட்டார். உலகம் ஒன்றாகி வாழ்வதிலேதான் இன்பம் உண்டு என்பதைக் குறிப்பிட்டார். சற்றுப் பொறுத்துச் சிந்தித்தார். உலகப் போக்கைக் கண்டார். மக்களிடம் மாறிவரும் மனப் பான்மையை உணர்ந்தார். தன் விருப்பம்-உலகமெல்லாம் ஒன்றாகி இணைந்து வாழ வேண்டும் என்னும் தன் ஆசை- நிறைவேறும் காலம் விரைவில் வந்துவிடும் என்று நம்பிக்கை கொண்டார்.

ஒருமையின் உலகெலாம் ஓங்குக! எனவே
ஊதின சின்னங்கள்!
ஊதின சங்கம்!

ஒன்றுபட்டு உலகமெல்லாம் உயர்ந்து வாழ்க என்று ஊது குழல்கள் எல்லாம் ஊதின; வெற்றிக்கு அடையாளமாகச் சங்குகளும் பூம்பூம் என்று முழங்கின.

இவ்வாறு எதிர்காலத்தை உணர்ந்து கூறினார் வள்ளலார். இந்த நாள் இன்று நம்மை அணுகிக் கொண்டிருக்கின்றது. உலகெலாம் ஒன்றே என்ற உணர்ச்சி பரவி வருகின்றது. இதை இனி எவராலும் தடுக்க முடியாது.

16. வறுமைப் பேய்

பிறந்த உயிர்கள் எல்லாம் வாழவே விரும்புகின்றன. இறக்க விரும்பும் உயிர்கள் எவையும் இல்லை. மற்ற உயிர்களைக் காட்டிலும் மக்களுக்கு இந்த ஆசை அதிகம். அவர்கள் உலகத்தில் இன்பத்துடன் உயிர் வாழவே விரும்புகின்றனர்.

மக்களுக்கு வேண்டியவைகளுள் முதன்மையானவை உயிர் வாழ உணவு; மானத்தை மறைக்க உடை. உணவும் உடையும் இல்லாதவர்கள் வறியவர்கள்; ஏழை மக்கள், அவர்கள் வாழ்க் கையில் இன்பம் எதுவும் இல்லை. பெரும்பாலான மக்கள் இந்த இரண்டுக்காகவே வாழ்நாள் முழுவதும் உழைக்கின்றனர். உழைத்தும் அவர்கள் அகத்தில் அமைதி நிலைக்கும் அளவுக்கு அவை கிடைப்பதில்லை.

பூமி பரந்து கிடக்கின்றது. பூமிக்குள் செல்வம் நிறைந் திருக்கின்றது. நம் பெட்டியில் இருக்கும் பணம் எடுக்க எடுக்கக் குறைந்துவிடும். வைத்த பணத்தை எடுத்து விட்டால் பிறகு எவ்வளவு முயன்று முயன்று பெட்டி முழுவதும் துருவினாலும் ஒன்றும் கிடைக்காது.

வீட்டில் சேமித்து வைத்திருக்கும் தானியங்களும் எடுக்க எடுக்கக் குறையுமே ஒழிய வளராது. தானியக் களஞ்சியத்தை எவ்வளவுதான் கூட்டிப் பெருக்கிப் பார்த்தாலும் வைத்ததற்கு மேல் வராது.

ஆனால் நிலத்தின் தன்மை அதுவல்ல. முயல முயலப் பலன் தரும். உணவிற்கான தானியங்களைக் கொடுக்கும்.

உடுப்பதற்கான உடைகளின் மூலப் பொருள்களைக் கொடுக்கும். இன்னும் வாழ்க்கைக்குப் பயன்படும் உலோகப் பொருள்கள் எல்லாவற்றையும் கொடுக்கும். தன்னைச் சரண் புகுவோர்க்கு இல்லையென்று சொல்லும் வழக்கமே பூமி தேவியிடம் இல்லை.

உலகத்தில் போதுமான உணவுப்பொருள் இல்லை. நிலம் சரியான பலன் கொடுக்கவில்லை. தானியங்களின் விளைவுகள் குறைந்து விட்டன என்று கூறுவது மக்களுடைய சோம்பேறித் தனம்.

ஒரு நாடு சிறப்புற முதலில் அந்நாட்டில் பசிப்பிணி இல்லா திருக்க வேண்டும். பசிப்பிணியற்ற நாட்டில்தான் நோயில்லா திருக்கும். போதுமான சத்துள்ள உணவு கிடைக்காத மக்களே பலவகையான பிணிகளுக்கு ஆளாகின்றனர். பசியும் பிணியும் தாண்டவம் ஆடும் நாட்டில் அமைதித் தேவி வாழ மாட்டாள். கலகக் காளி புகுந்துவிடுவாள்; கொடுமைக் கூத்தாடுவாள்.

பசியால் வாடும் மக்கள் பொறுமையிழப்பர். எப்படியேனும் உயிர் பிழைத்தால் போதுமென எண்ணுவர். உயிர் வாழ்வதற்கு எதையும் செய்யத் துணிந்து இறங்குவர். இது இயல்பு ஆதலால் தான்,

உறுபசியும், ஓவாப்பிணியும், செறுபகையும்,
சேராது இயல்வது நாடு

என்று வள்ளுவர் கூறினார்.

மக்களுக்கு உண்டாகும் மிகுந்த பசி. அந்தப் பசி காரணமாக உண்டாகும் நீங்காத நோய்கள், இவைகள் காரணமாக எழுந்து

நாட்டை நாசப்படுத்தும் பகைவர்- கூட்டம் இவை யெல்லாம் இல்லாதிருப்பதே நாடாகும். ஆகவே ஒரு நாட்டில் எல்லாத் தீமைகளுக்கும் அடிப்படையாக இருப்பது பசிக்கொடுமை. இந்த உண்மையை மறந்த எந்த அரசியலும் நிலைத்திராது. மாறிவிடும். மாறாவிட்டாலும் அதனை மக்கள் மாற்றிவிடுவர்.

வறுமை, அதாவது உணவில்லையே உடையில்லேயே என்ற கவலையே மக்களுடைய உடல் உரத்தைக் குலைத்து விடும். உள்ளக் கிளர்ச்சியை ஒடுக்கிவிடும். உடல் தளர்ச்சி, உள்ளக் கவலை உண்டானால் வாலிபர்களும் வயோதிகராகத் தோற்றமளிப்பார்கள். வாலிபர்களின் கருத்த மயிர்கள் நரைத்து வெள்ளிக் கம்பிகளாகக் காட்சியளிக்கும். கவலையினாலேயே - உடல் தளச்சியினாலேயே விரைவில் தலைமயிர் நரைக்கிற தென்பது இன்றைய விஞ்ஞானிகளும் கண்டறிந்த உண்மை.

உணவும் உடையும், இடமும் மக்களுக்குக் கிடைக்கு மாயின் உலகத்திலே கவலை. குடிபுகாது நோய்கள் தலைகாட்ட மாட்டா. கலகமும் தோன்றமாட்டாது.

இன்று நடைபெறும் - தலைவிரித்தாடும் -சாதிச் சண்டை மதவெறி எல்லாம வறுமையை அடிப்படையாகக் கொண்டவை. பெரும்பாலான மக்கள் வறுமையால் வாடுகின்றனர். அவ்வறிய மக்களுக்கு நலம் செய்வதாகக் கூறியே, சாதித் தலைவர்களும் மதத்தலைவர்களும், அவர்களை ஒருவரோடு ஒருவர் மோத விடுகின்றனர். நம்முடைய சாதிக்கு அதிகாரம் வந்தால் நமது வறுமை ஒழிந்துவிடும்; நமது மதத்துக்கு அரசு கிடைத்தால் நமது துன்பம் தொலைந்துவிடும் என்று சாதி-மதத்தலைவர்கள் கூறுகின்றனர்; கல்வியறிவற்ற பாமர மக்கள் இதில் நம்பிக்கை கொள்கின்றனர்.

வறுமையே இந்தக் கோளாறுகளுக்கெல்லாம் காரணம். நாட்டில் வறுமை இல்லாவிட்டடால் - எல்லோருக்கும் உணவு, எல்லோருக்கும் உடை, எல்லோருக்கும் உறையுள், எல்லோருக்கும் போதுமான ஓய்வு கிடைத்து விட்டால் நாடு அமைதியாக இருக்கும். மக்கள் ஒரே குலமாய்க் குரோதமின்றிக் கூடி வாழ்வார்கள்.

உடுத்திலேம் சிறிதும் உண்டிலேம் எனவந்து
ஓதிய வறிஞருக்கு ஏதும்
கொடுத்திலேன் கொடுக்கும் குறிப்பிலேன்

என்று வறியோர்க்கு உதவாத தன்மையைத் தன்மேல் ஏற்றிக் கூறினார்.

பரைத்தனி வெளியில் நடம்புரிந்தருளும்
பரமனே! அரும்பெரும் பொருளே!
தரைத்தலத்து இயன்ற வாழ்க்கையில் வறுமைச்
சங்கடப் பாவியால் வருந்தி
நரைத்தவர் இளையர் முதலினோர் எனை ஓர்
நண்பன் என்று அவரவர் குறைகள்
உரைத்தபோ தெல்லாம் நடுங்கியென் உள்ளம்
உடைந்தது உன் உளம்அறி யாதோ !
வாடிய பயிரைக் கண்டாபோ தெல்லாம்
வாடினேன் பசியினால் இளைத்தே
வீடுதோறு இரந்தும் பசியறாது அயர்ந்த
வெற்றரைக் கண்டுஉளம் பதைத்தேன்
நீடிய பிணியால் வருந்துகின் றோர்என்
நேர்உறக் கண்டுஉளம் துடித்தேன்
ஈடில் மானிகளாய் ஏழைகளாய் நெஞ்சில்

இளைத்தவர் தமைக்கண்டே இளைத்தேன்.

வறுமையால் வாடுவோர் அற்ற சிறந்த சமுதாயமாக மனித சமுதாயம் வாழவேண்டும் என்பதே வள்ளலார் உள்ளம்.

17. ஏழைகள் துன்பம்

ஏழை என்றால் வறியவர். பொருளில்லாதவர், தரித்திரர்கள் என்று எல்லோரும் அறிவர். ஆனால், ஏழை என்றால் அறியாதவர் என்று ஒரு பொருள் உண்டு. இது இலக்கிய வழக்கு.

ஒருவனைப் பார்த்து பாவம், இவன் ஒரு ஏழை என்றால் அதன் பொருள் தமிழிலே அறியாதவன் என்பதுதான். தமிழிலே இத்தகைய ஆழ்ந்த பொருளில் வழங்கி வரும் இந்தச் சொல்லில் சிறந்த கருத்து உண்டு.

அறிவுடையார் எல்லாம் உடையார், அறிவிலார்
என்உடையரேனும் இலர்

என்ற வள்ளுவர் வாய்மொழியின் கருத்தையே அறியாமை என்னும் பொருளில் வரும் ஏழைமை என்னும் சொல் விளக்குகின்றது.

அறிவுடையான் உலகப் பந்தய ஓட்டத்தில் வெற்றி பெறுவான். வாழ்க்கை இன்பத்தை நுகர்வது எப்படி? உலகில் இன்புறுதற்கான சாதனங்கள் எவை? அவைகளை அடைவது எப்படி? என்பவைகளே யெல்லாம் அறிவான்; அவைகளை அடைவான்.

புத்திமான் பலவான் என்பது நாம் சாதாரணமாகக் கேட்கும் பழமொழியல்லவா?

ஆனால், மூடன் செய்கை இதற்கு முற்றிலும் வேறானது. நீக்குப் போக்குத் தெரியாமல் நிலை தவறுவான். நன்மை தீமையறியாமல் செல்வச் செருக்கால் அட்டகாசம் செய்வான். இன்புறுதற்கான சாதனங்களை யெல்லாம் இழந்து பரிதவிக்கும் நிலைக்கு வந்துவிடுவான். செல்வம் படைத்த அறிவீனன் கதி இதுவானால், செல்வமற்ற அறியாதார் கதி அதோகதிதான்.

தங்களுடைய உழைப்பின் சக்தியை அறிந்து கொள்ளும் அறிவற்ற மக்களே இன்று ஏழை மக்களாகத் தவிக்கின்றார்கள். உணர்ச்சி கொண்ட மக்கள் தங்கள் உழைப்பின் பலனைப் பெறப் போராடுகின்றனர். ஆகவே, ஏழை என்பது வறுமையைக் குறிப்பதானாலும், அறியாமையே வறுமைக்குக் காரணம் என்ற பொருளில் இருப்பதைக் காணலாம்.

ஏழை மக்கள் அறிவு பெற்றுத் தங்கள் துயரைத் தீர்த்துக் கொள்ள முனையும் போது அவர்களுக்கு இடையூறுகள் பல நேரலாம். அவர்களை வாட்டி வதக்கி வந்த கூட்டத்தார். தங்கள் பலம் முழுதையும் கொண்டு அடக்க முன்வருவார்கள். அடக்கப் பட்டு, ஒடுக்கப்பட்டு, நசுக்கப்பட்டுக் கிடக்கும் ஏழை மக்கள் இருந்தால்தான் ஒருசிலர் சோம்பேறிகளாக வாழ முடியும். சுக போகிகளாக வாழ முடியும்.

அறிவு பெற்றெழும் ஏழைகளை அடக்குததற்கு அந்தக் காலத்தில் மதம் பயன்பட்டது; பாவ புண்ணியம் பயன்பட்டது, தலைவிதி பயன்பட்டது. ஏழை ஒருவன் தன் துன்பத்திற்குத் தானே சமாதானம் செய்து கொள்ளுவான். என்ன செய்வது? நாம் வந்த வழி இது. ஆண்டவன் நம் தலையில் இப்படித் துயரத்தில் சாகவேண்டும் என்று எழுதிவிட்டான். அன்று எழுதினவன் அழித்து எழுதப் போவதில்லை! இதுவே அவன் சமாதானம்.

ஏழைகளை அடக்கி ஆண்டவர்களும் அவர்களுக்கு இந்த உபதேசத்தையே செய்து வந்தார்கள். ஒருவருடைய சுகத்துக்கும் துன்பத்துக்கும் காரணம் அவர்கள் பூர்வஜென்மத்தில் செய்த புண்ணிய - பாவம் மேலைத் தவத்தளாகவே யாகுமாம் தான் பெற்ற செல்வம் என்பது பெரியோர் வாக்கு. பூர்வத்தில் புண்ணியம் செய்யாதவர்கள் இப்பொழுது வறிஞராய்ப் பிறந்து வாடுகின்றனர். பூர்வத்தில் புண்ணியம் செய்தவர்கள் இப்பொழுது எல்லாச் செல்வங்களும் பெற்று இன்புற்று வாழ்கின்றனர் என்று தர்மோபதேசம் செய்து வந்தனர். இன்று இவ்வுப தேசத்திற்கு மதிப்பில்லை. கையால் ஆகாதவனுக்குத் தான் கடவுளும் தலைவிதியும் என்னும் காலம் வந்துவிட்டது.

ஏழைகளின் எழுச்சிக்கு எதிரணி எப்பொழுதும் காத்திருக்கின்றது. அந்த எதிரணியைத் தகர்ப்பது எளிதல்ல. பெருமுயற்சி, பெருந்தியாகம், பெரும் போராட்டத்திற்குப் பிறகுதான் வெற்றி கிடைக்க முடியும்.

உலக இயற்கையே எளியாரை வலியார் அடக்குதல்தான். நீர்வாழ் சாதியில் பெரிய திமிங்கிலம், சுறா போன்றவைகள் சிறு மீன்களை இரையாக்கிக் கொள்ளுகின்றன. விலங்குகளில் சிங்கம், புலி போன்ற கொடு விலங்குகள் மற்ற விலங்குகளைக் கொன்று தின்று உயிர் வாழ்கின்றன. பல்லி,பாம்பு, பூனை, சிலந்தி போன்ற உயிர்களை எல்லாமும் இவ்வாறு தான் தம்மினும் மெலிந்த உயிர்களை உண்டு உயிர்வாழ்கின்றன. ஆகையால், மக்களிலும் செல்வத்தால், பலத்தால், அறிவால் வலியவர்கள் மற்றவர்களை அடக்கியாளுதல் இயல்பு என்று கூறலாம். சுரண்டுவோர் கூறும் சமாதானமும் இதுதான்.

ஆம்; இயல்புதான். ஆனால் மக்கள் மிருகப் பிராயத்திலிருந்து எத்தனையோ படி மேலேறி வந்துவிட்டனர். மக்களும் இயற்கையோடு இணைந்தே வாழ்ந்து கொண்டிருப்பார்

களானால் இன்றைய உலகத்தை நாம் கண்டிருக்கவே முடியாது. மக்களும் மனிதக் குரங்குகளாகத்தான் வாழ்க்கை நடத்த வேண்டும். மக்களுடைய சிறப்பே இயற்கையை விட்டு வெளியேறிச் செயற்கையில் மேம்பட்டு வாழ்வதில்தான் அடங்கியிருக்கிறது.

இவ்வுண்மையை உணர்ந்த மனிதர்கள் ஏழைகளைச் சுரண்ட எண்ணமாட்டார்கள். பிறர் உழைப்பில் உயிர்வாழ நினைக்க மாட்டார்கள்.

பணம் இல்லார்க்கு இடுக்கண் புரிந்து,
உண்ணும் சோற்றுப் பணம் பறித்து உழல்கின்ற படிறேன்.

பணமற்றவர்களுக்கெல்லாம் துன்பஞ் செய்கின்றேன். அவர்கள் சோற்றுக்காக வைத்திருக்கின்ற பணத்தைப் பறித்துக் கொண்டு திரிகின்ற பொய் வாழ்க்கையை உடையேன்.

எளியவர் வளைத்த நிலம்எலாம் கவரும்
எண்ணமே பெரிதுளேன்; புன்செய்க்
களிஉணும் மனையில் சர்க்கரை கலந்து
காய்ச்சுபால் கேட்டுஉண்ட கடையேன்;
துளிஅவர்க்கு உதவேன்; விருப்புஇலான் போலச்
சுவைபெறச் சுவைத்தநாக்கு உடையேன்;
நளிர்எனச் சுழன்றேன்; எனினும் உனையே
நம்பினேன்; கைவிடேல் எனையே.

புன்செய் நிலத்துத் தானியங்களைக் கொண்டு களிசெய்து உண்ணும் வீட்டில் புகுந்து சர்க்கரை சேர்த்துக் காய்ச்சிய பால் வாங்கிக் குடித்தேன். அதில் ஒரு துளி கூட அவர்களுக்குக் கொடுத்திலேன்.

இவ்வாறு செல்வர்கள் ஏழைகளின் நிலையை அறியாமல் நடந்து கொள்ளுந் தன்மையைத் தன்மேல் ஏற்றிக் கூறுகின்றார். இரக்க சிந்தையுடையவர்கள், மனிதத் தன்மையுடையவர்கள் பணமற்றவர்களின் பணத்தைப் பறிக்க முந்த மாட்டார்கள். களியையே உணவாகச் சாப்பிடுகிறவர்கள் வீட்டில் புகுந்து பசும்பால் காய்ச்சிக் கொடுக்க வேண்டும் என்று பயமுறுத்த மாட்டார்கள்.

எளியரை வலியார் அடித்தபோது ஐயோ
என்மனம் கலங்கிய கலக்கம்
தெளியநான் உரைக்க வல்லவன் அல்லேன்;
திருவுளம் அறியும்எந் தாயே!

எளியவரை வலியார் அடித்தபோது என் மனத்தில் உண்டான கலக்கத்தை என்னால் தெளிவாகக் கூற முடியாது. பிறர் அக் கொடுமையை உணரும்படி தெளிவாகக் கூறும் வல்லமை எனக்கில்லை. இதை உன் திருவுள்ளம் அறியும்.

இவ்வாறு வலியோர் எளியோர்க்கு இழைக்கும் தீமையை வள்ளலார் எடுத்துக் கூறுகிறார். வலிமையுடையவர்கள், எல்லோர் பாலும் இரக்கம் உடையவர்களாய், மனிதத் தன்மையுடன் நடந்துகொள்ள வேண்டும் என்பதே வள்ளலார் வாய்மொழி.

18. வட்டிச் சுரண்டல்

பணம் என்றால் பிணமும் வாய் திறக்கும். - இது பழமொழி. பழமொழியாயினும், என்றும் புதுமொழியாகவே விளங்குகின்றது. இந்தப் பணத்திற்கு இவ்வளவு மகிமை எப்படி வந்தது? எப்படி நிலைத்திருக்கிறது? பணத்தால் ஆகாத செயல் எதுவும் இல்லை. பணத்தால் எப்பொருளையும் பெறலாம்.

பணம் இல்லாதார் பிணம் என்பது ஒரு பழமொழி. இதுவும் பண்டு தொட்டு வழங்கிவருகிறது. இன்றும் இப்பழ மொழி வழக்கில் -அநுபவத்தில் உள்ள புதுமொழியாகவே விளங்குகின்றது. பணமில்லாதவரை ஒருவரும் மதிப்பதில்லை. பணமில்லாதவர்களுக்கு எப்பொருளும் கிடைப்பதில்லை. அவர்கள் விரும்பிய சுகங்களை அடைய முடியவதில்லை. அவர்கள் உயிருடன் இருப்பினும் -நடப்பினும் பேசினும்-நடமாடும் பிணங்கள்தாம்.

வாழ்க்கையானது பணமில்லாவிட்டால் நடக்காது. பணமில்லாதவர்கள் உலகில் உயிர் வாழ வேண்டுமானால் பணமுள்ளவரிடம் அடிமையாக வேண்டும். அவர்கள் இடும் கட்டளைக்குக் கீழ்ப்படிந்து வயிறு கழுவ வேண்டும். தனது எண்ணம், சொல், செயல் இவைகளுக்குச் சுதந்திரமின்றி மாடு போல உழைக்க வேண்டும்; அல்லது தெருத் தெருவாய் அலைந்து பிச்சையெடுக்க வேண்டும்; அல்லது தற்கொலை செய்துகொண்டு உலக வாழ்க்கையைத் துறக்க வேண்டும்.

ஒரு சிலரிடம் பணம் அகப்பட்டுக் கொண்டது. பலரிடம் பணம் இல்லை. அந்த ஒரு சிலரே பண்டங்களை உற்பத்தி

யாவதற்குக் காரணமான பல கருவிகளையும் தம் வசப்படுத்திக் கொண்டனர்.

அவைகளைக் கொண்டு பணத்தைத் திரட்டுகின்றனர். ஈட்டி எட்டின மட்டும் பாயும்; பணம் பாதாளம் வரையும் பாயும் என்பதை இவர்கள் உண்மையாக்கிவிட்டனர்.

வேலை செய்யும் தொழிலாளிகள் தங்கள் வாழ்க்கைச் செலவுக்கு வருவாய் போதாமையினால் லேவாதேவிக்காரர் களிடம் கடன் வாங்குகின்றனர். வாங்குகின்ற கடனுக்கு வட்டி கொடுக்கின்றனர். குறித்த காலத்தில் கடனையும் வட்டியையும் கட்ட முடியாவிட்டால் வட்டிக்கு வட்டி கொடுக்கின்றனர். இந்த முறையில் உழைப்பாளிகளின் பணத்தில் பெரும்பகுதி வட்டியின் பேரால் பணக்காரர்களிடமே திரும்பிப் போய்விடுகிறது.

சிறிய விவசாயிகளின் நிலையும் இதுதான். குறைந்த நிலம் உள்ளவர்கள் தங்கள் வருவாய் போதாமையால் நிலத்தை தாங்கள் வசிக்கும் வீட்டை-லேவாதேவிக்காரர்களிடம் அடமானம் வைத்துக் கடன் வாங்குகின்றனர்; அதிக வட்டிக்குக் கடன் வாங்குகின்றனர். குறித்த காலத்தில் கடனைக் கொடுக்க முடியாமல் வட்டிக்கு வட்டி சேர்த்துக் கொடுக்கின்றனர். கடைசியில் தங்கள் வாழ்க்கைச் சாதனமாகிய நிலத்தையே இழக்கின்றனர்; வீட்டையும் இழக்கின்றனர். பிறகு பிறரிடம் வேலை செய்யும் தொழிலாளிகளாகி விடுகின்றனர்.

வியாபாரிகளில் பலருடைய நிலையும் இப்படித்தான். வட்டி கொடுத்துக் கடன் வாங்கியே பலர் வியாபாரம் செய்கின்றனர். அவர்கள் வியாபாரத்தின் மூலம் பெறும் லாபத்தில் ஒரு பகுதியை வட்டிக்காக இழந்து விடுகின்றனர். வியாபாரத்தில் லாபம் வந்தாலும் சரி, நஷ்டம் வந்தாலும் சரி, வாங்கின

கடனுக்கு வட்டிகொடுத்துத் தான் தீர வேண்டும். இந்த முறையில் பார்த்தால் பல வியாபாரிகள் லேவாதேவிக் காரர்களின் கைப்பாவைகளாகவே வாழ்கின்றனர். தொழிலாளர்கள், விவசாயிகள், சிறிய வியாபாரிகள் முன்னுக்கு வராமைக்குக் காரணம் முதலில் போதுமான வருவாய் இல்லாமை; இரண்டாவது வட்டிக்குக் கடன் வாங்குவது; மூன்றாவது வட்டிக்குமேல் வட்டி கொடுப்பது.
லேவாதேவி இல்லாவிட்டால் - பாங்கிகள் கடன்கொடுக்க விட்டால் நாட்டில் வியாபாரம் பெருகாது. கைத் தொழிற்சாலைகள் உண்டாக வழியில்லை. தொழில்கள் வளர்ச்சியடைய மாட்டா என்று சிலர் கூறுவார்கள். இப்பொழுதுள்ள அரசியல் அமைப்பு முறையில்-சமூக அமைப்பு நிலைமையில் இது உண்மைதான். ஆனால் இந்த அரசியலமைப்பும், சமூகம் அமைப்பு என்றும் சிரஞ்சீவியாக வாழவேண்டும் என்று ஏழை மக்கள் விரும்பவில்லை. இவை மாறவேண்டும்; மாறாவிட்டால் மாற்ற வேண்டும் என்றே விரும்புகின்றனர்.

பணம் கடன்கொடுப்பது, அதற்கு வட்டி வாங்குவது என்ற முறை இருக்கும் வரையில் உலகத்தில் கொடுமைதான் தாண்டவமாடும். வட்டி பெறுகின்றவர்களைக் காட்டிலும் வட்டிக்கு வட்டி வாங்குகிறவர்களைக் காட்டிலும் கடின சித்தம் உள்ளவர்கள் யாரும் இருக்க முடியாது. தாட்சண்யம் தனநாசம் என்பது பழமொழியல்லவா? இப்பழமொழி வட்டிக் கடைக்காரர்களுக்காகவே அதாவது லேவாதேவி செய்பவர்க்காகவே ஏற்பட்டிருக்கலாம் என்பதில் ஐயமில்லை. லேவாதேவிக் காரர்களிடம் தாட்சண்யம் இருந்தால் வட்டியை இழக்க வேண்டியது தான்; முதலையும் இழக்க வேண்டியது தான்.

உலகை அடிமைப்படுத்துவது, ஏழைகளைக் கொடுமைப் படுத்துவது, மனித சமூகத்தில் பொருளாதார உயர்வு தாழ்வு ஏற்படுத்துவது, மக்கள் மனத்தை இரக்கமற்றதாக்குவது இந்த

வட்டித் தொழில்தான்; பணத்திற்கு வட்டி வாங்கும் முறைதான்.

இதனால் தான் முன்னோர், பணத்திற்கு வட்டி வாங்குவோன் நரகத்தையடைவான் என்று கூறினர். பணத்திற்கு வட்டி வாங்குவது பாவம் என்பதே இந்துமதக் கொள்கை. இந்தக் கொள்கையை வட்டிக் கடைக்காரர்கள் மறந்து விடுவதில்லை. அநியாய வட்டி வாங்குவது பாவம் என்றே அவர்களும் நினைக்கின்றனர். ஆயினும் வட்டி வாங்குவதில் தவறுவதில்லை. அந்தப் பாவத்தை ஏதேனும் தருமம் செய்வதன் மூலம் பரிகரித்துக் கொள்ளலாம் என்று நினைத்து விடுகின்றனர். பாவத்திற்குப் பிராயச்சித்தம் உண்டு என்ற கொள்கையே, இவ்வாறு பலரை நீதியற்ற-நெறியிலே நடக்கச் செய்கிறது. முஸ்லீம் மதத்திலும் பணத்திற்கு வட்டி வாங்குவது பாவம் என்ற வற்புறுத்தப்படு கின்றது. ஆனால் இன்று யாரும் மதக் கோட்பாட்டைப் பின்பற்றுவதில்லை. பணக் கோட்பாட்டையே பின்பற்றுகின்றனர். இந்தக் கொடுமையான நிலைமையைக் கண்டுதான் வள்ளலார் கண்ணீர் விடுகின்றார்.

வட்டிமேல் வட்டிகொள் மார்க்கத்தில் நின்றீர்
வட்டியை வளர்க்கின்ற மார்க்கத்தை அறியீர்.
பெட்டிமேல் பெட்டிவைத்து ஆள்கின்றீர், வயிற்றுப்
பெட்டியை நிரப்பிக்கொண்டு ஒட்டிஉள் ளிருந்தீர்.
பட்டினி கிடப்பாரைப் பார்க்கவும் நேரீர்,
பழங்கஞ்சி ஆயினும் வழங்கவும் நினையீர்.
எட்டிபோல் வாழ்கின்றீர்! கொட்டிபோல் கிளைத்தீர்!
எத்துணை கொள்கின்றீர் ? பித்துல கீரே!

ஏ, உலக மக்களே ! நீங்கள் வட்டிக்கு மேல் வட்டி போட்டு வாங்குகிறீர்கள் ! பணத்தைப் பெருக்குகிறீர்கள்! உண்மையாக

இந்த உடலைப் பெற்றதற்கான லாபத்தை வளர்க்கின்ற வழியை அறியாமல் இருக்கின்றீர்கள்.

பணப் பெட்டியின் மேல் பணப் பெட்டியை அடுக்கி வைத்துக் கொண்டிருக்கின்றீர்கள். உங்களுடைய வயிற்றுப் பெட்டியை மாத்திரம் சோற்றால் நிரப்பிக் கொண்டு வீட்டுக்குள் இருக்கின்றீர்கள்.

பட்டினி கிடப்பார் முகத்தைப் பார்ப்பதற்குக் கூடச் சம்மதப் பட மாட்டீர்கள். சாப்பிட முடியாமல் புளித்துப் பான பழங் கஞ்சியைக் கூட அவர்களுக்கு ஊற்றச் சம்மதிக்க மாட்டீர்கள். எட்டி மரம்போலப் பிறர்க்கு உதவாமல் தீமை செய்து வாழ்கின்றீர்கள்; கொட்டிச் செடிபோல் பெருகியிருக் கின்றீர்கள்; எவ்வளவு பாவத்தைக் கட்டிக் கொள்ளுகின்றார்கள்? பைத்தியம் பிடித்த உலகமக்களே! இப்படிச் செய்யலாமா?

இவ்வாறு கதறுகிறார் வள்ளலார். வட்டித் தொழில் மனிதனுக்கு எவ்வளவு ஆசையை உண்டாக்குகிறது? அவனை எவ்வளவு சுயநலமுடையவனாக்குகிறது? எவ்வளவு பச்சாதாபம் அற்றவனாக்குகிறது ? என்பதை இதனால் அறியலாம்.

வட்டிக்கொடுமை ஒழியவேண்டுமானால் அரசாங்கமே மக்களுக்குப் பண உதவி செய்ய முன் வரவேண்டும். தனிப்பட்டவர்களின் பாங்கிகள்-லேவாதேவிகள் ஒழிய வேண்டும்.

19. வீட்டுப் பஞ்சம்

எவருக்கும் இன்ப வாழ்க்கையில் ஆசையுண்டு. துன்புற்று வாழத் துணிவார் யாரும் இல்லை. இன்பமாக வாழ்வதற்கு வேண்டுவன பல. அவற்றுள் அடிப்படையானவை சில. அந்த அடிப்படைக் கருவிகள் மூன்று இடம், பொருள், ஏவல் என்பன. இந்த இடம், பொருள், ஏவலைப் பொறுத்ததே ஒரு மனிதனுடைய வாழ்க்கை.

இந்த மூன்றுள் முதலில் நிற்பது இடம். சுவர் இல்லா விட்டால் சித்திரம் எங்கே? உடம்பில்லா விட்டால், உடம்பு நோயுற்று நடக்கப் பலமற்று நலிவடையுமாயின் நாம் என்ன செய்யமுடியும்? உடம்பார் அழியின் உயிரார் அழிவர் என்று திருமூலர் கூறியிருப்பது உண்மையன்றோ? ஆதலால் எதற்கும் இடமே ஆதரவு. ஒரு இடத்தின் மேல்தான் எந்தப்பொருளும் வாழவேண்டும். ஆதலால்தான் மனிதன் வாழ்வதற்கு அடிப்படைச் சாதனங்களாகிய மூன்றினுள் முதலில் இடத்தைக் கூறினர்.

முதலில் மக்கள் வாழ்வதற்கு இடம் வேண்டும். அந்த இடத்தில், காற்றோட்டம், போதுமான வெளிச்சம், தேவையான நல்ல தண்ணீர், சுற்றுப்புறம், உட்புறம் சுகாதாரம் எல்லாம் அமைந்திருக்க வேண்டும்.

நாள் முழுவதும் உடம்பு நோகப் பாடுபடுகின்ற மக்கள் பலர். பகல் முழுவதும் தலைவலிக்கச் சிந்தனையில் ஈடுபட்டுச் செயல்புரிவோர் பலர். அவர்களுக்கெல்லாம் உழைப்புக்கேற்ற ஓய்வு வேண்டும். ஓய்வு பெறுவதற்கு இடம்

தேவை. அந்த இடம், இவர்களுக்கும் இவர்களுக்கு ஆதரவாக இருப்பவர்களுக்கும் போதுமானதாக இருக்க வேண்டும்.

உழைத்த நேரம் போக ஓய்ந்த நேரத்தில் ஓரிடத்தில் தன் குடும்பத்துடன் வாழ்ந்து ஓய்வு பெற்றுக் கொள்ளுபவரே மீண்டும் தம்முடைய உழைப்பைத் திறமையுடன் செய்ய முடியும். அமைதியாகத் தூங்குவதற்கு கவலையின்றி மகிழ்ந்திருப்பதற்கு வழியற்றவர்கள் தமது உழைப்பில் வெற்றி பெற முடியாது; உள்ளத்தோடு உழைக்கவும் முடியாது. கடனுக்கு உழைத்துக் காலம் கழிப்பவராகி விடுவர். இதனால் அவருடைய உள்ளமும் நலியும்; உடலும் மெலியும்; வாழ்க்கையில் விருப்பம் கொள்ள மாட்டார்; வெறுப்பே கொள்வர்; ஆகையால்தான் எல்லோரும் முதலில் இருப்பதற்கு இடம் தேடுகின்றனர். இது இயற்கை.

உலகில் உறைவிடம் தேடாத உயிர்களே இல்லை. பாம்புக்கும் புற்றுண்டு. நரிக்கும், எறும்புக்கும் வளையுண்டு. சில பறவைகளும் அழகிய வேலைப்பாடமைந்த கூடுகள் கட்டி வாழ்கின்றன. எல்லா உயிரும் இன்புறுதற்கு இடந்தேடிக் கொள்கின்றன.

மக்களும் பண்டைக் காலத்திலிருந்தே, பருவ காலக் கொடுமைகளிலிருந்து தப்பித்துக் கொள்வதற்காக வீடுகள் கட்டிக் கொண்டனர். உழைத்த நேரம் போக ஒழிந்த நேரத்தில் ஓய்வு பெறுவதற்கு இடம் தேடிக் கொண்டனர்.

பண்டை நாளில் மக்களிடையில் பண்டமாற்றுதல் முறையே வழங்கி வந்தது. நெல்லைக் கொடுத்துத் துணி வாங்கிக் கொள்வது; துணியைக் கொடுத்து துவரை வாங்கிக்கொள்வது. இதுபோல் தன்னிடம் உள்ள பண்டத்தைக் கொடுத்துத் தனக்கு வேண்டிய பண்டத்தை வாங்கிக் கொள்வது. இதற்கே பண்ட மாற்றுதல் என்ற பெயர்.

இந்த முறை மாறி, நாணயத்தைக் கொடுத்துப் பண்டத்தை வாங்குவது என்ற முறை ஏற்பட்டது. இந்த முறை ஏற்பட்ட பிறகுதான் சமூகத்தில் சோம்பேரிகளுக்குச் செல்வாக்கு ஏற்பட்டது. தந்திரசாலிகளுக்குத் தகுந்த வசதி கிடைத்தது. ஏமாற்றும், தந்திரமும், கள்ளங்கபடமற்ற உழைப்பாளர்களைக் கட்டிப் பிணைத்து அடிமையாக்கின.

தமது பண்டத்தை விற்றதனால் பெற்ற பொருளைக் கொண்டு தமக்குத் தேவையானவைகளைப் பெற முடியாதவ களாயினர் பலர். இதனால் அவர்கள் கடன் வாங்கத் தொடங்கினர். கடனுக்கு வட்டி கொடுத்தனர். கடன் கொடுத்து வட்டி வாங்கினவர்கள் செல்வர்களாயினர் கடன் பெற்று வட்டி கட்டினவர்கள் ஏழைகளாயினர்; தங்கள் வாழ்க்கைச் சாதனங் களையிழந்தனர்; ஓட்டாண்டிகளாயினர்.

கடன் வாங்கினவர்கள் பலர் தங்கள் இடத்தை வீட்டை யிழந்தனர். இதனால் ஒருசிலருக்குத் தேவைக்கு மேல் வீடுகள், பலருக்கு இருக்க இடமே இல்லை. இருக்க இடமில்லாமல் பலர் பரிதவிப்பது இயற்கைக்கு விரோதம். ஏராளமான வீடுகளைத் தேவைக்கு மேற்பட்டதாக ஒருசிலர் வைத்துக் கொண்டிருப்பது அநீதி.

பணக்காரனுக்கு வீடுகள் சேர்வது விந்தை. பணமில்லாதவன் தன் வீட்டின்மேல் கடன் வாங்குகின்றான். வாங்கின கடனை அவனால் கொடுக்க முடிவதில்லை; வட்டியையும் கட்ட முடிவதில்லை. இதனால் வாங்கின கடன் வளருகிறது. கடைசியில் கடன் கொடுத்தோன் வீட்டைப் பிடுங்கிக் கொள்கிறான். இம் முறையிலேயே பலர் தங்கள் பரம்பரைச் சொத்தான வீட்டையிழந்து பரிதவிக்கின்றனர்.

ஏழை வீட்டைப் பணக்காரன் கவர்ந்து கொள்ளும் இந்த முறை பல நூற்றாண்டுகளாகவே வழக்கத்தில் இருந்து

வருகின்றதுபோலும். வீட்டைக் கவரும் நோக்கத்துடனேயே பணக்காரர்களும் வீட்டின் மேல் கடன் கொடுத்துவந்தனர்; இன்றும் கொடுத்து வருகின்றனர். இந்த முறையை ஒழிக்க வேண்டும் என்பதே இராமலிங்கர் கருத்து.

வட்டியே பெருக்கிக் கொட்டியே ஏழை
மனைகவர் கருத்தினேன்.

வட்டிக்குக் கொடுத்து, அந்த வட்டிக்கு வட்டி சேர்த்து, பணத்தை அதிகமாக்கி வீட்டைக் கவர்ந்து கொள்ளும் வழக்கம் கொடுமையானது. எல்லா மக்களுக்கும் இடம் இன்றியமையாதது. இந்த இடத்தைப் பிடுங்கும் செய்கை கொடுமை ஒழிய வேண்டும் என்பதே அவர் கருத்து.

எல்லா மக்களுக்கும் இடவசதி வேண்டும். இருப்பதற்கு இடமில்லாவிட்டால் எவரும் இன்புற முடியாது.

வீடற்றோர் தொகை பெருகிக்கொண்டே போகுமானால் அது ஆபத்தாகும். சமுதாயம் பாதிக்கப்படும் வீடற்றவர்கள் அமைதியாக வாழ்வதற்கு வழியில்லை. நல்ல உணவு பெறு வதற்கும் ஓய்வு பெறுவதற்கும் வழியில்லை. இதனால் உழைப்பின் திறமை குறையும். உழைக்கும் திறமை குறைந்தால் நாட்டின் பொருளாதாரத்தில் புரையோடும். ஆட்சிமுறையில் அசைவு காணும். நாட்டிலே போதுமான இடமுண்டு; வீடமைப்பதற்குக் கருவிகளும் ஏராளம். உழைப்போரும் உண்டு. ஆளுவோர் உள்ளம் விரிவடைந்தால் எல்லோரும் இன்புறுவர்.

20. நில உரிமை

நிலத்திலே யாருக்கு உரிமை? என்ற பேச்சே இன்று எங்கும் நிலவுகிறது. ஏழை விவசாயிகள் எங்களுக்கே நிலம் சொந்தம் என்கின்றனர். உழைப்பின் அருமை அறியாமல் உண்டு உறங்கி உல்லாசமாக வாழும் நிலச்சுவான்தாரர்கள் துள்ளிக் குதிக்கின்றனர். இந்தப் பண்ணையாட்களுக்கு இவ்வளவு அகங்காரமா? இந்தக் குத்தகைதாரருக்கு இவ்வளவு தைரியமா? என் பணத்தைக் கொட்டி வாங்கிய நிலத்தை இந்தப் பஞ்சைகள் ஆக்கிரமிப்பதா? நானா விட்டு விடுகிறவன்? பார்க்கிறேன் இவர்களை ஒருகை? என்று சண்டப் பிரசண்டமாகப் பேசுகிறார் பெரிய நிலக்காரர்.

ஆம்; ஆசை யாரைவிட்டது? நிலத்திலே பாடுபட்டுப் பலன் உண்டாக்க முடியாதவர்கள் நிலத்தைப் பிறர் கையில் கொடுக்க விரும்ப மாட்டார்கள்தான். பணத்தை எப்படிச் செலவு செய்வது? பணம் பெற்றிருப்பதற்குப் பயன் என்ன? பொன்காத்த பூதமாய் விளங்குவதால் யாருக்கு நன்மை? என்று எண்ணிப் பார்க்கும் இயல்பற்றவர்களும் பணத்தில் உள்ள பற்றை விட மாட்டார்கள். வயதேறி விட்டது. தலையாடுகின்றது. நடந்தால் கைகால்கள் நடுங்குகின்றன. கோலின் துணையின்றிக் கொஞ்ச தூரங்கூட நடக்க முடியாது. நரம்புகள் எல்லாம் முறுக்கின்றி நலிவடைந்து விட்டன. இந்த நிலையில் உள்ள கிழவர்களுக்கும் இளமை உணர்ச்சி இல்லாமல் போய் விடுவதில்லை. அழகுள்ள பெண்ணென்றால் ஆ வென்று அண்ணாந்து பார்க்கின்றனர். ஆகவே நிலத்தாசை, பணத்தாசை நீள்விழி மடவார் மேல் ஆசை மூன்றும் மனிதனை விட்டுவிடுவதில்லை. சாகும் வரையிலும் ஆடவர்களின் அகத்திலே குடி கொண்டிருக்கின்றன.

நிலத்தினும், பணத்தும், நீள்விழி மடவார்
நெருக்கிலும் பெருக்கிய நினைப்பேன்.

இது வள்ளலார் வாக்கு மனத்திலே தோன்றும் மூவகை ஆசைகள் மண், பொன், பெண். இவற்றுள் முதன்மையானது மண்ணாசை.

மண்ணிலேதான் உணவுக்கான தானியங்கள் விளைகின்றன; பழங்கள், பருப்பு வகைள், கிழங்குகள், காய்கறிகள் எல்லாம் தோன்றுகின்றன. இவைகள் இல்லாவிட்டால் எவ்வுயிரும் இவ்வுலகில் இயங்கமுடியாது. உணவின்றேல் யார்தான் உயிர் வாழமுடியும்.

நமது வாழ்க்கைக்கு உதவும் மற்றைய பொருள்களையும் நிலமே தருகின்றது. பொன்னைத் தருகிறது. வெள்ளியைத் தருகிறது. இரும்பைத் தருகிறது. ஈயத்தைத் தருகிறது. எண்ணெயைத் தருகிறது. நிலக்கரியைத் தருகிறது. இன்றும் வைரம், வைடூரியம், கோமேதகம் முதலிய நவரத்தினங்களையும் நமக்குக் கொடுப்பது பூமியே.

நிலமே முதன்மையான செல்வம்; அடிப்படையான செல்வம். இந்த நிலம் பாழாக தரிசாக பயிர் செய்யாமல் வீணாகக் கிடப்பது நாட்டுக்கு நட்டம். உலகத்திற்கு வறுமை. மக்களுக்குத் தொல்லை. ஆதலால் நிலங்கள் சும்மா கிடப்பதை அறிவுள்ள எவரும் அனுமதிக்க முடியாது.

உணவுப் பொருள் உற்பத்தியாகும் நிலங்கள் நமது நாட்டில் ஏராளமாக இருக்கின்றன. இருந்தும் நமது நிலை மானக் கேடானது. கையில் வெண்ணெயை வைத்துக் கொண்டு நெய் கிடைக்கவில்லையே என்று நெஞ்சங் குமுறி அழுகிற வனுக்கும் நமக்கும் வேற்றுமையில்லை.

விளைநிலங்கள் இருந்தும் பசி தீர்க்கும் பண்டங்கள் போதுமான அளவு கிடைக்கவில்லை. காரணம் என்ன? பெரிய நிலச்சுவான்தாரர்களது நிலங்களின் பல பாகம் பாழாய்க் கிடக்கின்றன. உழுது பயிரிடப்படும் நிலங்களும் உரம் போதாமல், ஒழுங்கான பாதுகாப்பில்லாமல் விளைவதில்லை. குறைந்த பலனையே கொடுக்கின்றன.

நிலங்களில் இறங்கிவேலை செய்கின்றனர் கோடிக் கணக்கான மக்கள். அவர்களுக்கு அந்த நிலத்தில் உரிமை யில்லை. இன்னும் கோடிக்கணக்கான மக்களுக்குப் பாடுபட்டுப் பயிர் செய்வதற்கு நிலமே கிடைப்பதில்லை. பாடுபட்டால் பலன் கிடைக்கும். அந்தப் பலனை நாம் அனுபவிப்போம். இன்றைய கஷ்டம், நாளைக்க நன்மை தரும் என்ற நம்பிக்கை யிருந்தால் தானே உழைப்பாளிகள் ஊக்கத்தோடு உழைப்பார்கள்.

நேரடியாக நிலத்தில் இறங்கி உழைக்கும் ஆற்றல் அற்றவர்களிடம் அதிகமான நிலங்கள் அடங்கிக் கிடக்கின்றன. நிலம் இருக்கும் இடம் இன்னதென்று தெரியாதவர்களுக்கு எவ் வளவோ நிலம் சொந்தம். நிலத்தில் எப்படிப் பயிர் செய்வது? எந்த நிலத்தில் என்ன பயிர் செய்யலாம்? என்று எண்ணிப் பார்க்கும் திறமையற்றவர்கள் பலர் நிலச்சுவான் தாரர்களாயிருக்கின்றனர்.

பண்டைநாளில் நிலம், பாடுபடுவனுக்குச் சொந்தம், ஒவ்வொருவரும் தமது உழைப்புச் சக்திக்கேற்ற அளவு நிலத்தைப் பயிர்செய்து வந்தனர். மக்களின் தேவைக்கேற்ற பயிர்களைச் செய்து வந்தனர். இதனால் அந்நாளில் உணவுப் பஞ்சம் ஏற்பட வேயில்லை.

இந்நாளில் உழைப்பவனுக்கு உரியது நிலம் என்ற கொள்கை மாறிவிட்டது. பாடுபடாத பணக்காரனுக்கு நிலத்தில் உரிமை

ஏற்பட்டது. அந்நாளில் உழவர்களே நிலத்தலைவர்கள்; இந்நாளில் பணக்காரரர்கள் நிலக் கிழவர்கள். இந்த முறை மாறினாலன்றி நாட்டில் உணவுப்பொருள் உற்பத்தி பெருக முடியாது.

வறிஞன் ஓம்பும் ஓர் செய்யெனக் காத்து
இனிது அரசு செய்தான்.

என்று கம்பர் தசரதனைப் பற்றிக் கூறுகிறார். நேரடியாக நிலத்தில் உழைக்கும் ஏழை விவசாயி தன்னுடைய நிலத்தை எவ்வாறு பாதுகாத்து அதிக விளைவை உற்பத்தி செய்கிறானோ அது போல் தசரதன் தனது நாட்டைப் பாதுகாத்தான் என்கிறார் கம்பர். இதிலிருந்து, நிலம் உழுகிறவனுக்கு உரிமையாயிருந்தால் தான் உற்பத்தி குறையாது என்பது கம்பன் கருத்தென்பதைக் காணலாம்.

இதே கருத்தைத்தான் வள்ளலாரும் வற்புறுத்தியிருக்கிறார்.

எளியவர் வளைத்த நிலமெலாம் கவரும்
எண்ணமே பெரிதுளேன்.

ஏழைகள் தங்கள் சக்திக்கு ஏற்றவாறு பாடுபடுவதற்கு வைத்துக் கொண்டிருக்கும் நிலத்தைப் பணத்தால் கவரு கின்றனர் பலர். இந்த எண்ணம் மனித சமுதாயத்தில் வளர்ந்து வந்தால் பெரும் பாதகம் விளையும்! இதனால் நிலத்தில் விளையும் பலன் குறைந்துவிடும். நிலத்தில் பாடுபடுவோர் குறைவர். பாடுபடுவோர்க்கும் ஊக்கம் இராது. உற்பத்தி குறையும். இவ் வுண்மையை இன்றைய உலகம் உணர்ந்து விட்டது. நமது நாடும் அறிந்துவிட்டது. உழவர்க்கு நிலத்தில் உரிமை வேண்டும் என்று ஒப்புக்கொள்ளாதவர்கள் இன்று ஒருவரும் இல்லை. வள்ளலார் கருத்து நிறைவேறும் காலம் இன்று வந்துவிட்டது. ஆதலால் உழவர்களின் நிலம்

பணக்காரர்கள் வசம் ஆகாமல் தடுக்க வேண்டும். இதுவே வள்ளலார் உள்ளக்கிடக்கை.

21. எல்லார்க்கும் செல்வம்

சாதி இரண்டொழிய வேறில்லை. கொடுப்போர் ஒரு சாதி, கொடாதவர்கள் ஒரு சாதி. கொடுப்போர் உயர்ந்தவர்கள். கொடாதவர்கள் இழிந்தவர்கள், ஆகையால் சாதிகள் பல சொல்லிச் சண்டையிட்டுச் சாக வேண்டாம் என்றார் ஔவைப் பிராட்டியார். பணம் படைத்தவன் கொடுக்கும் தன்மை யுள்ளவன்; பணமில்லாதவன் வாங்கும் தன்மையுள்ளவன். ஆகவே, பணக்காரன் ஒரு சாதி, ஏழை ஒரு சாதி. இதுவே ஔவையார் கருத்து.

இன்று உலகில் மக்கள் இரு அணியாகப் பிரிந்து நிற்கின்றனர். இல்லாதவர்கள் அதாவது பாடுபகிறவர்களின் அணி ஒன்று; உள்ளவர்கள் அதாவது இல்லாதவர்களை அடக்கியாளுவோர் அணி ஒன்று. ஆக இரண்டே அணிதான்.

இந்தச் செல்வர் படைக்கும், ஏழைகள் படைக்கும் சமாதானம் ஏற்பட வேண்டும் அல்லது இரு படைகளில் எந்தப் படையேனும் தோல்வியடைய வேண்டும். அப்பொழுதுதான் மனித சமுதாயத்தில் சமாதானம் தோன்றும். இந்த இரண்டில் ஒன்று நடைபெறாவிட்டால், சமூகத்தில் சண்டையும் சச்சரவும் குமுறிக்கொண்டுதான் இருக்கும்.

இல்லாதவர்களின் கூட்டத்துக்கும் உள்ளவர்களின் கூட்டத்திற்கும் இடையில் ஒரு கூட்டம் உண்டு. அவர்கள் இல்லாதவர்களும் அல்லர்; உள்ளவர்களும் அல்லர். இல்லா தவர்கள் கேட்கும் வசதிகள் எல்லாம் தங்களுக்கும் வேண்டும் என்பர்; உள்ளவர்கப்போல நடிப்பர். துன்பப் படாமல்

இன்பத்தை நுகரவேண்டும் என்பதே இந்த நடுத்தர வாதிகளின் நோக்கம்.

இவர்கள் உள்ளவர்களின் கைப்பதுமைகள். இல்லாதவர் களிடம் இவர்களுக்கு அனுதாபம் உண்டு; இரக்கம் உண்டு. உள்ளவர்கள் செய்வதில் அநியாயம் உண்டு என்பதை ஒப்புக் கொள்ளுவார்கள்; இல்லாதவர்கள் கூறும் குறைகளெல்லாம் உண்மையானவை என்று ஒப்புக் கொள்ளுவார்கள். ஆனால் இவர்கள் தங்கள் சுயநலம் கருதி, உள்ளவர்கள் பக்கத்திலேயே நிற்பார்கள். உள்ளவர்கள் கைகள்தான் பலமுள்ளவை என்பது இவர்கள் கருத்து. உள்ளவர்களின் கோட்டை உடைந்து போய் விடும்; இல்லாதவர்களின் படை வெற்றி பெற்றுவிடும் என்ற நிலை நேரும்போது இந்த நடுத்தரவாதிகள், பெரும்பான்மை யினர் பக்கம் சேர்ந்துவிடுவார்கள்.

இந்த முறையில் பார்க்கும்போது, இப்பொழுதுள்ள மனித சமூகத்தை மூன்று பிரிவாகப் பிரித்துவிடலாம். முதலாளிகள், தொழிலாளிகள், நடுத்தர வகுப்பினர் என்ற மூன்றுதான் அப்பிரிவு.

நாட்டில் உள்ள நிலங்களையெல்லாம் தம் வசப்படுத்திக் கொண்டிருக்கின்றனர் ஒருசிலர். பண்டங்களை உற்பத்தி செய்யும் தொழிற்சாலைகளையெல்லாம் தங்களுக்கே உரிமை யென்று சொல்லிக்கொண்டிருக்கின்றனர் சிலர். பண்டங்களையெல்லாம் வாங்குவதற்குக் கருவியான நாணயச் செலாவணி ஒருசிலரின் இரும்புக் பெட்டிகளுக்குள் அடங்கிக் கிடக்கின்றது. இவ்வாறு தேசத்தின் செல்வங்களையெல்லாம் தமக்கே உரிமையாக்கிக் கொண்டிருப்போரே முதலாளிகள் ஆவார்கள்; அல்லது உயர்ந்த வர்க்கத்தினர் ஆவார்கள்.

இவர்களுக்கு நேர்மாறாக உள்ள, இல்லாத வகுப்பினருக்கு இவ்வுலகில் எதுவும் சொந்தம் இல்லை. உழைப்பு ஒன்றுதான் அவர்களுக்குச் சொந்தம். நிலங்களில் வேலை செய்வார்கள்; உணவுப் பொருள்களை உற்பத்தி செய்வார்கள்; அரை வயிற்றுச் சோற்றுக்குக் கூட வழியில்லாமல் ஆவி துறப்பார்கள். அவர்கள் பெண்டு பிள்ளைகள் எல்லாம் பட்டினி கிடந்து பரிதவிக்கும் நல்ல அழகிய ஆடைகளை நெய்து குவிப்பார்கள்; அவர்களும், அவர்களை அண்டி வாழ்வோரும் கந்தைத் துணியுடன் காட்சியளிப்பார்கள்! எல்லா வசதிகளும் நிறைந்த எழில் வளரும் மாளிகைகளை எழுப்புவார்கள்; அவர்கள் குந்தக் குடிசையின்றிக் குளிரிலும் வெயிலிலும் அகப்பட்டு வருந்தி நெஞ்சு குமுறுவார்கள் ! இம்மாதிரி உள்ளம் வருந்தி, உடல் வற்றி, உயிர் விடுகின்றவர்கள் தாழ்ந்த வகுப்பினர்; கடைசி வர்க்கம் இவர்களே அன்று சூத்திரர்கள் என்று அழைக்கப் பட்டார்கள்; இன்று பாட்டாளி மக்கள் தொழிலாளர்கள் என்று வேறு பெயரால் அழைக்கப்படுகின்றனர்.

இவர்களுக்கு இடையில் உள்ளவர்கள் நடுத்தர வகுப்பினர். இவர்கள் முதலாளிகளிடம் கணக்கப் பிள்ளைகளாக இருப்பர்; காரியதர்களாக இருப்பர்; அவர்கள் இட்ட கட்டளைகளைச் செய்வார்கள். அரசாங்கக் காரியாலயங்களில் பற்றாக்குறைச் சம்பளத்துடன் வேலை பார்ப்பார்கள். இவர்களும் முதலாளி களைப் போல ஆக முயற்சிப்பார்கள். தங்களையும் முதலாளிகளாக நினைத்துக் கொண்டு அவர்களோடு ஒட்டிக் கொண்டே திரிவார்கள். இவர்களுடைய துணை உதவி ஊழியம் இல்லா விட்டால் முதலாளிகள் வாழமுடியாது. இவர்கள்தாம் நடுத்தர வகுப்பினர்.

ஒத்தாரும் தாழ்ந்தாரும் உயர்ந்தாரும் எவரும்
ஒருமையுளர் ஆகிஉல கியல்நடத்த வேண்டும்.

இது வள்ளலார் வாக்கு, நடுத்தர வகுப்பினரும், பாட்டாளி மக்களும், முதலாளி வர்க்கமும் எல்லோரும் ஒன்றுபட்டு, ஒரு மனத்தினர் ஆகி, உலகத்திலே இன்புற்று வாழவேண்டும்; உலகக் காரியங்களைத் திறம் பெற நடத்தவேண்டும்.

ஒத்தார் என்பவர்கள் நடுத்தர வகுப்பினர். தாழ்ந்தார் என்பவர்கள் பாட்டாளி வர்க்கத்தினர். உயர்ந்தார் என்பவர்கள் முதலாளி வர்க்கம். இம்மூவரும் இல்லாத உலகமே உயர்ந்த உலகம், இம்மூன்று வர்க்கமும் ஒழிந்து விட்டால் மக்கள் எல்லாரும் ஒருமையுளர் ஆகிவிடுவார்கள்.

இந்த நடுத்தர வகுப்பினர் இல்லாவிட்டால் முதலாளித்துவம் ஒழிந்துவிடும். முதலாளிகள் சிறுபான்மையினர்; பாட்டாளிகள் பெரும்பான்மையினர். இருவருக்கும் நேரடியான சச்சரவு நேர்ந்தால், முதலாளித்துவம் சடசட எனச் சாய்ந்துவிடும். தொழிலாளர்களின் மோதுதல் முதலாளித் துவத்தைக் தாக்காதபடி இடைநின்று தடுத்து நிற்கும் குட்டிச் சுவர் இந்த நடுத்தர வர்க்கந்தான்.

இந்த நடுத்தர வர்க்கம் மறைந்து விட்டால் முதலாளி தொழிலாளி சண்டைமயும் மறைந்துவிடும். சமூகம் ஒன்றாகி விடும். முதலாளித்துவம் அளவுக்குமேல் வலுக்க வலுக்க நடுத்தர வர்க்கம் நசித்துக் கொண்டே வரும். முதலாளித்துவமும் வலுத்து, நடுத்தர வர்க்கமும் நசிந்து விட்டால், உடனே பாட்டாளி வர்க்கமும், முதலாளி வர்க்கமும் சண்டையின் மூலமோ, சமாதானத்தின் மூலமோ ஒன்றுபடுவிடுவார்கள். இவ்வாறு ஒன்றுபடும் காலமே உலகில் அமைதி நிலவும் காலம்.

அருள்இல்லார்க்கு அவ்வுலகம் இல்லை, பொருள் இல்லார்க்கு இவ்வுலகம் இல்லாகி ஆங்கு.

என்று திருவள்ளுவர் கூறினார். பொருள் இல்லாதவருக்கு இவ்வுலகில் இன்பம், புகழ் பெருமை இல்லாததைப் போல, அருள் இல்லாதவர்க்கு மறுவுலகில் இன்பம் இல்லை. இவ்வுலக இன்பத்திற்கு முதற்காரணம் பொருள்தான்; துன்பத்திற்கு முதற் காரணம் வறுமைதான்.

வடுவிலா வையத்து மன்னிய மூன்றின்
நடுவணது எய்த இருதலையும் எய்தும்

என்பது நாலடி. அறம், பொருள், இன்பம் இம்மூன்றில் நடுவில் உள்ள பொருள் கிடைத்தால், இரு பக்கத்திலும் உள்ள அறமும் இன்பமும் கிடைக்கும் என்பது இதன் கருத்து.

ஆகவே, மக்கள் எல்லோருக்கும் எல்லாச் செல்வமும் கிடைக்க வேண்டும். எல்லாச் செல்வமும் எல்லா மக்களுக்கும் கிடைக்க வேண்டுமானால் இப்பொழுது சமுதாயத்தில் உள்ள மூன்று வர்க்கமும் ஒரு வர்க்கமாக வேண்டும் இந்த மூன்று வர்க்கமும் ஒன்றுபடவேண்டும் என்றே விரும்பினார் வள்ளலார்.

22. கருணையிலா ஆட்சி

கொடுங்கோல் மன்னன் வாழும்நாட்டில் கடும்புலி வாழும் காடு நன்றே. இது நமது இளமைப் பாடம். எல்லோரும் இன்றும் சொல்லிக்கொண்டிருப்பது. மக்கள் இன்புற்று வாழ்வதற்கே அரசாட்சி. மக்கள் சிறுசிறு கூட்டமாக வாழ்ந்த காலத்தில், தங்கள் உணவுக்கு, உடைக்கு, உறையுளுக்கு, கூட்டுறவுக்குத் துணை செய்கின்றவனைத் தலைவனாகக் கொண்டனர். அவனை மன்னனாக, இறைவனாக ஆண்டவனாக, ஆண்டவன் பிரதிநிதியாக எண்ணினார்.

மக்கள் கூட்டம் பெருகப் பெருகத் தனிப்பட்டவன் ஆட்சி குறைந்தது. ஒருவனால் மக்கள் வாழ்வுக்கான எல்லாக் காரியங் களையும் இயற்ற முடியாத நிலைமை ஏற்பட்டது. பல துறைகளையும் கவனிக்கத் தலைவனுக்கு மன்னனுக்குப் பலர் துணை அவசியமாயிற்று. இவ்வகையில் மன்னனுக்குத் துணைசெய்யும் கூட்டத்தாருக்கே மந்திரிகள் என்றும், குருமார்கள் என்றும், சேனைத் தலைவர்கள் என்றும் பெயர்கள் வழங்கின.

மன்னனுக்குத் துணையாயிருந்தவர்கள் பெரும்பாலும் நாட்டு மக்களின் நம்பிக்கைக்கு உரியவர்களாகவேயிருந்தனர். பொதுமக்களின் மதிப்பைப் பெற்றவர்களையே அரசனும் தனக்குத் துணையாகக் கொண்டான். அவர்களும் பொது மக்களின் குறைகளை அறிந்து, அக்குறைகளை நீக்குவதற்கான சட்ட திட்டங்களைச் செய்தனர்; ஆட்சி நடத்தினர்.

ஆரம்பத்தில் மக்களின் விருப்பப்படியே சர்வாதிகார ஆட்சி ஏற்பட்டது. அதாவது மன்னன் ஆட்சி தோன்றியது. அது

நாளடைவில் ஜனநாயக ஆட்சியாக மாறியது. மன்னனைத் தலைவனாகக் கொண்ட மக்கள் ஆட்சியாக மாறியது. இன்று பொதுமக்கள் மதிப்பைப் பெற்றவர்களே, அதாவது மக்களின் பிரதிநிதிகளே ஆண்டால் போதும்; ஒரு வேலையும் இல்லாத மன்னன் ஒருவன் எதற்காக? என்ற எண்ணம் நாட்டுப் பற்றுள்ளவர்களிடம் குடிகொண்டு விட்டது.

இவ்வெண்ணம் சரியானதுதான். இயற்கையும்கூட, மக்களால் தேர்ந்தெடுக்கப்பட்டவர்களின் குழு நாட்டின் நலத்தைக் கவனிக்கும் போது மக்களின் நன்மையைப் பாதுகாப்பதற்கான எல்லாக் காரியங்களையும் கவனிக்கும் போது மன்னன் என்னும் ஒரு பதுமை எதற்காக? வேண்டியதே இல்லைதான்.

தமிழ் இலக்கியங்களில் அரசாட்சியே உயிர் எனப் போற்றப் படுகின்றது. மன்னன் என்று தமிழ் இலக்கியங்களில் வரும் இடங்களில் எல்லாம் அரசாட்சி என்று மாற்றிக் கொண்டால் போதும், இவ்வாறு மாற்றிக்கொண்டு எந்தத் தமிழ் இலக்கியப் பாடலைப் பார்த்தாலும் அது ஜனநாயக குடி அரசு பொதுஜன ஆட்சியைக் குறிப்பதாகவே காணப்படும்.

நெல்லும் உயிர் அன்றே நீரும் உயிர் அன்றே
மன்னன் உயிர்த்தே மலர்தலை உலகம்
அதனால், யான்உயிர் என்பது அறிகை
வேல்மிகு தானை வேந்தர்க்குக் கடனே.

இது மோசிகீரனார் என்னும் ஒரு பழந்தமிழ்ப் புலவர் பாட்டு.

ஒரு நாட்டுக்கு அரசாட்சியே உயிர். அரசாட்சி சரியாக நடந்தால்தான் ஒரு நாடு வாழமுடியும். அந்த நாட்டு மக்கள் நாகரிகத்துடன் பட்டினி பசியில்லாமல் வாழ்வர். ஒற்றுமை

யாக வாழ்வர். செல்வத்துடன் சிறப்புற்று வாழ்வர். அடிமையின்றிச் சுதந்தரமாக வாழ்வர். ஒழுங்கான, திறமையான மக்களின் விருப்பத்திற்கேற்ற ஆட்சியினாலேயே ஒரு நாட்டின் செல்வம் வளர்ச்சியடையும்; கல்வி வளரும்; கைத்தொழில் வளரும்; வாணிகம் வளரும்; கலைகள் வளரும். இவை மறுக்க முடியாத உண்மை.

ஒரு நாட்டிற்கு நெல்லும் உயிர் அல்ல. தண்ணீரும் உயிர் அல்ல. இந்த விரிந்த உலகமானது அரசாட்சியையே உயிராகக் கொண்டிருக்கின்றது. ஆதலால் நாம் தாம் இந்த நாட்டிற்கு உயிர் என்பதை உணர்ந்திருந்தால் அரசாட்சியின் கடமையாகும்.

மக்களைப் பசியில்லாமல் காக்க வேண்டியது அரசின் கடமை. மக்களுக்கு நோய் வராமல் காக்க வேண்டியது அரசின் கடமை. மக்களுக்குள் சாதிச் சண்டையோ மதச் சண்டையோ வராமல் காக்க வேண்டியது அரசின் கடமை. இக்கடமையைச் செய்வதற்குத் திறமையற்ற அரசாங்கம் மக்களிடம் துன்புறுத்தி வரி வாங்குமானால் அது கொடுங்கோல் அரசுதான்; மக்களிடையே தாங்காத அடக்கு முறையை அவிழ்த்து விடுமானால் அது அக்கிரம அரசுதான்.

ஆட்சியிலிருப்போர் பொதுமக்களின் துன்பங்களை நீக்க வழியறியாமல் தங்கள் நலத்தில் மாத்திரம் கருத்துக் கொண்டிருப்பார்களானால் அவர்கள் கண்டிப்பாக மக்களால் வெறுக்கப்படுவார்கள். பழிக்கப்படுவார்கள்; பதவியிலிருந்து ஒழிக்கப்படுவார்கள். இத்தகைய அரசாங்கப் பிரதிநிதிகள் மக்களால் தேர்ந்தெடுக்கப்பட்டிருந்தாலும் அவர்கள் கொடுங் கோலர்கள் தாம்.

ஆயிரக்கணக்கான மக்கள் உயிர் தப்ப ஒரு மனிதனைப் பலிகொடுக்க வேண்டுமானால் கொடுத்துத்தான்

ஆகவேண்டும். அதுதான் நீதி. ஒரு மனிதன் வாழ ஆயிரக்கணக்கான மக்களைப் பலிகொடுப்பது அநீதி; அக்கிரமம்; பலாத்காரம்; கொடுங் கோன்மை. இத்தகைய அக்கிரம ஆட்சியே கருணையிலா ஆட்சி.

தமிழர்கள் குடிகளின் விருப்பப்படி அரசாண்ட மன்னனையே போற்றி வந்தனர். குடிகளின் குறைகளைப் போக்கும் திறமையுள்ள அரசாட்சியையே ஆதரித்து வந்தனர். தமிழ் இலக்கியங்களில் இத்தகைய அரசாட்சியே போற்றப்படுகின்றது.

குடிதரீஇக் கோல் ஓச்சும் மாநில மன்னன்
அடிதழீஇ நிற்கும் உலகு.

குடிகளின் விருப்பம் போல் ஆளுகின்ற மன்னனுடைய அடிச்சுவட்டையே உலகம் பின்பற்றும். குடிகளின் விருப்பத் திற்கு மாறாக நடைபெறும் அரசாட்சியை நாடு பின்பற்றாது. குடிகளின் துன்பங்களுக்குப் பரிகாரந் தேடாத வெறும் பதவிப் பித்துக் கொண்ட அரசாங்கம் தானாகவே கவிழ்ந்து விடும் அல்லது துன்பத்தைப் பொறுக்க முடியாமல் ஆத்திரங் கொண்ட பொதுமக்கள் எழுச்சியால் கிளர்ச்சியால் கவிழ்க்கப் படும். இந்த உண்மையை அரசியல்வாதிகள் அறிந்திருத்தல் வேண்டும். அறிந்திருந்தால் மட்டிலும் போதாது; மறவா திருத்தல் வேண்டும்.

மக்களிடம் கருணைகாட்டாத ஆட்சி, இரக்கங்காட்டாத ஆட்சி நீடிப்பதற்குத் தகுதியற்றது. மக்களை ஆள்வதற்கு உரிமை யற்றது. அவ்வாட்சி நீடித்தால் மக்களின் துன்பமும் நீடிக்கும்; நாட்டிலே குழப்பமும் நீடிக்கும். வறுமையும் நீடிக்கும், ஆதலால் அத்தகைய கருணையற்ற திறமையற்ற கொடுங்கோல் ஆட்சி விரைவில் ஒழிய வேண்டும்.

கருணையிலா ஆட்சி கடுகி ஒழிக!

அள்நயந்த சன்மார்க்கர் ஆள்க.

என்று ஆணித்தரமாகக் கூறுகிறார் வள்ளலார். திறமையற்ற ஆட்சி ஒழிந்து போகவேண்டும்; இரக்கமுள்ளவர்கள் ஆட்சி உண்மை நெறியை அறிந்தவர்களின் ஆட்சி தோன்ற வேண்டும். பெரும்பாலான மக்களின் குறைகளைப் போக்கு வதற்கு வழி தெரிந்தவர்களின் ஆட்சி ஏற்பட வேண்டும். வஞ்சகர்களின் மிரட்டலுக்கும், உருட்டலுக்கும் அஞ்சாதவர்களின் ஆட்சி நிலைக்க வேண்டும். தயவோ தாட்சண்யமோ காட்டாத நடுவு நிலைமையும் திறமையும் படைத்த உண்மையான பொது ஜனப் பிரதிநிதிகளின் ஆட்சி நீடித்திருக்க வேண்டும். இத்தகைய அருள் நயந்த ஆட்சியே உலகை ஆளவேண்டுமென்பது வள்ளலார் கருத்து.

மனுமறை கண்ட வாசகம் என்னும் உரைநடை நூல் வள்ளலாரால் எழுதப்பட்டது. அதில் அரசன் கடமையை வலியுறுத்தும் வாசகங்கள் காணப்படுகின்றன. அவ்வாசகங்கள் அரசாட்சியில் ஆதிக்கம் பெற்றிருப்போர் அறியத்தக்கவை.

தேர்க்காலில் பசுங்கன்று அரைபட்டு இறந்ததைக் கேட்ட மனுச்சோழன் துக்கம் தாங்காமல் வருந்துகின்றான். அப்பொழுது அவன் கூறுவதாக அமைந்துள்ள சொற்றொடர்கள் ஆட்சியாளர் உள்ளத்தில் அப்படியே பதிய வேண்டியவை.

நல்லோர் மனத்தை நடுங்கச் செய்தேனோ? தானம் கொடுப்போரைத் தடுத்து நின்றேனோ? கலந்த சிநேகிதரைக் கலகம் செய்தேனோ? மனம் ஒத்த நட்புக்கு வஞ்சகம் செய் தேனோ? குடிவரி உயர்த்திக் கொள்ளை கொண்டேனோ? ஏழைகள் வயிறு எரியச் செய்தேனோ? தருமம் பாராது

தண்டம் செய்தேனோ? களவு செய்வோர்க்கு உளவு சொன்னே னோ? வேலையிட்டுக் கூலி குறைத்தேனோ? பசித்தோர் முகத்தைப் பாராது இருந்தேனோ? கோள் சொல்லிக் குடும்பம் கலைத் தேனோ? கல்லும் நெல்லும் கலந்து விற்றேனோ? அன்புடையவர்க்குத் துன்பு செய்தேனோ?

இவைகள் மனுநீதி கண்ட சோழன் சொற்கள். இதில் அரச நீதி வலியுறுத்தப்பட்டிருப்பதைக் காணலாம். கருணையற்ற ஆட்சி எது? கருணை நிறைந்த ஆட்சி எது என்பதை இவ்வாக்கி யங்களாலும் அறியலாம்.

23. அதிகார வெறி

நம்முடைய உடம்பை நடத்துவன எவை ? நமது வெளி உறுப்புக்களும் உள் உறுப்புக்களுமே. இந்த உறுப்புகள் இல்லா விட்டால் நம் உடம்பு வெறும் மாமிசப் பிண்டந்தான். இந்த இருவகை அவயங்களும் பழுதற்றனவாக இருத்தல் வேண்டும். கைகால்கள் நொண்டி முடமாக இருந்தால் கண்கள் குருடாக, காதுகள் செவிடாக இருந்தால், உடம்பால் நல்ல காரியங்களைத் திறம்படச் செய்ய முடியாது. இதுபோலவே நமது எண்ணம், சிந்தனை, பேச்சு முதலியன தெளிவற்றனவாக ஆராய்ச்சி யற்றனவாக இருந்தால் நாம் எந்தக் காரியத்திலும் வெற்றி பெறமாட்டோம். இந்த நிலை ஒரு அரசாங்கத்துக்கும் பொருந்தும்.

அரசாங்கம் என்பது வெறும் உடல்தான். அதற்கு உள்ளுறுப்புக்களாகவும் வெளியுறுப்புக்களாகவும் விளங்குவன ஆலோசனை சபையும், அதிகார வர்க்கமும்தான். அரசியல் ஆலோசனை சபையில் உள்ளவர்கள் எந்தக் காரியங்களைப் பற்றியும் நன்றாக யோசிக்க வேண்டும். அதன் பின்பே முடிவு செய்ய வேண்டும். அவசரப்பட்டு இப்பொழுது இப்படிச் செய்து விடுவோம்; பிறகு யோசித்து முடிவு செய்து கொள்ளுவோம் என்று கூறுகின்றவர்கள் அரசியல் நிபுணர்கள் ஆகமாட்டார்கள்.

அரசியல் ஆலோசகர்கள் செய்யும் முடிவு தேசத்தின் முற்போக்குக்கு அணை போடுவதாக இருத்தல் கூடாது. பொது மக்களின் உணர்ச்சிக்கு மதில் சுவராக அமையக்கூடாது. ஆலோசனை சபையில் அங்கம் வகிப்போர், தங்களுடைய சொத்து சுதந்தரத்துக்கு மாத்திரம்

பாதுகாப்பு அளித்துக் கொண்டு பொதுமக்களின் நலன்களைக் காற்றில் பறக்க விடுபவர்களாக இருக்கக்கூடாது.

ஒரு மாகாணத்தை எடுத்துக் கொண்டால் உண்மையான அரசியல் சபை சட்டசபை தான். நகரசபைகள், பஞ்சாயத்து சபைகள் கூட அரசியல் திட்டங்களை நிறைவேற்றும் சபைகள் தாம். ஆகையால் இவைகளுக்கு உறுப்பினராகச் செல்வோர் அதிகாரத்திற்கு ஆசைப்படாதவர்களாக இருக்க வேண்டும். தந்நலமற்றறவர்களாக, பொது ஜன முன்னேற்றத்தில், நன்மையில் கருத்துள்ளவர்களாக இருக்க வேண்டும். சாதி மத இனவெறுப் பற்றவர்களாகவும், எல்லா மக்களையும் உடன்பிறந்தாராக எண்ணும் சமரச உள்ளம் படைத்தவராகவும் இருத்தல் வேண்டும். இத்தகைய தியாக சிந்தை உள்ளவர்கள் நிறைந்த ஆலோசனை சபைகளால்தான் நாட்டை உயர்வாக உருவாக்கி வைக்க முடியும்.

ஆலோசனை சபைகளைக் காட்டிலும் முக்கியமானது அதிகார வர்க்கம். ஆலோசனை சபைகள் வரையறுக்கும் சட்ட திட்டங்கள் நடத்தி வைப்பது அதிகாரவர்க்கம்.

நெருப்பு, மக்களுக்கு - உலகத்திற்கு இன்றியமையாத ஒரு இயற்கைப் பொருள். நெருப்பின்றேல் உஷ்ணமில்லா அதே நெருப்பைக் கொண்டு உலகத்தை அழித்துவிடலாம்; மக்கள் வாழ்க்கையைச் சிதைத்து விடலாம். மின்சாரம் நம்முடைய நன்மைக்காக ஏற்பட்டது. இதையே நம்முடைய அழிவுக்காகவும் பயன்படுத்திக் கொள்ளுகிறோம். இதைப்போலவே நாட்டின் நன்மைக்காகவே மக்களின் உரிமைகளைப் பாதுகாப்பதற் காகவே இயற்றப்பட்ட ஒரு சட்டத்தைக் கொண்டே நாட்டில் தீமையைப் பெருக்கி விடலாம். மக்களின் உரிமைகளைப் பறித்து அவர்களை அடிமைச் சேற்றில் பலவந்தமாக அமிழ்த்தி வைக்கலாம். சட்டதிட்டங்களைக் கையாளும் அதிகார வர்க்கத்தின் போக்கைப் பொறுத்தது இவ்விஷயம்.

ஒரு நாட்டில் அமைதி நிலவுவதற்குக் காரணம் அதிகார வர்க்கமே. ஒரு நாட்டில் கலகமும் குழப்பமும், பஞ்சமும் பிணியும், கொள்ளையும் கொலையும் குடியேறுவதற்குக் காரணமும் அதிகாரவர்க்கமே.

அரசாங்கத்தின் வெளி அங்கங்களாக இருக்கின்றன அதிகார வர்க்கம் தங்களை மக்களுக்கு அதிகாரிகளாக நினைத்துக் கொண்டால் வந்தது ஆபத்து. அவர்கள் உண்மையாகவே தங்களை அரசாங்கமென்னும் உடலின் கண்களாக, கால்களாக, கைகளாக, காதுகளாக நினைத்துக் கொள்ள வேண்டும். அப்பொழுதுதான் அரசாங்கத்தை அரசாங்க காரியங்களைத் திறம்பட ஒழுங்காக நடத்தும் நல்லெண்ணம் அவர்களிடம் குடிகொள்ளும்.

உண்மையில் ஒரு நாட்டை நாடாக ஆக்கி வைத்திருப்பவர்கள் வேளாண்மை செய்வோரும், பண்டங்களை உற்பத்தி செய்வோரும் ஆகிய தொழிலாளர்களேயாவர். உடல் வருந்த உழைக்கும் தொழிலாளர்கள் இல்லாவிட்டால் எந்த நாடும் சுடுகாடாகத் தான் கிடக்கும். இவ்வுண்மையை அதிகார வர்க்கம் அறிந்தால்தான் அவர்கள் தங்களை நாட்டின் ஊழியர்கள் என்று உணர்வார்கள்; நாட்டுப் பொதுமக்களே தங்களுக்குத் தலைவர்கள் என்று காண்பார்கள்.

அதிகார வர்க்கத்திற்கு மனித சரித்திரம் தெரிந்திருக்க வேண்டும். அரசியல் சரித்திரம் தெரிந்திருக்க வேண்டும். அதற்கான பயிற்சி அளிக்கப்பட்டிருக்க வேண்டும் நாட்டின் மக்களின் அரசாங்கத்திள் ஊழியராக இருப்பதற்கு விரதம் பூண்டவர்களையே அதிகார பீடங்களில் அமர்த்த வேண்டும்.

மக்களுக்குத் தொண்டு செய்வதே நமது கடமை; நாட்டிலே பஞ்சம் பிணி வராமல் பாதுகாப்பதே நமது கடமை; கட்டுப் பாட்டோடும், ஒழுங்கோடும் நடப்பதற்குப் பொதுமக்களுக்கு

வழிகாட்டுவதே நமது செய்கை; மக்களுக்குள் அன்பும், சகோதரத் தன்மையும் வளரச் செய்து நாட்டின் உற்பத்திப் பெருக்கில் எல்லோர் உள்ளத்தையும் ஈடுபடச் செய்வதே நமது வேலை என்று கருதும் உயர்ந்த மனப்பான்மை அரசாங்க ஊழியர்களுக்கு அவசியமானதாகும்.

சுரண்டும் கூட்டத்தாருக்கு பதுக்கல் கொள்ளைக்காரர் களுக்குக் கால்கொடுக்கும் அதிகார வர்க்கமே ஒரு நாட்டின் புல்லுருவி; அந்த அதிகாரவர்க்கமே அந்த நாட்டில் பொது ஜனப் புரட்சியை உருவாக்கி அரசாங்கத்தைத் தகர்க்கும் சதிகாரக் கும்பல்.

தந்நலம் ஒன்றையே குறிக்கோளாகக் கொண்டு அரசாங்கத்தின் சட்ட திட்டங்களைத் துஷ்பிரயோகம் செய்யும் அதிகார வர்க்கம் அடியோடு ஒழிக்கப்பட வேண்டும் காவல்காரனே திருடத் தொடங்கிவிட்டால் பிறகு யார்தான் திருடமாட்டார்கள்? சட்டத்தை அமுல் நடத்தும் அதிகாரியே அதை மீறினால், பொதுமக்கள் எப்படி சட்டத்திற்கு மதிப்புக் கொடுப்பார்கள்.

தமக்கு என்ன ஆபத்து வருவதாயிருந்தாலும் சரி, அல்லது எவ்வளவு லாபம் வருவதாயிருந்தாலும் சரி, அவற்றைப் பொருட் படுத்தாமல் நடுநிலைமையோடு நடந்து கொள்ளும் தன்மை அதிகாரவர்க்கத்துக்கு வேண்டும். கல்நெஞ்சம் இன்றி இளகும் இருதயம் படைத்திருக்க வேண்டும். தன்னுடைய சிறு அதிகாரத்தைப் பெரிதாகக் கருதக் கூடாது. மக்களுக்குத் தீங்கு செய்யாத தூய மனம் படைத்திருக்க வேண்டும். பொய்யை வெறுத்து, மெய் பேசி, உண்மை இத்தகைய பண்புடையவர்களே அரசாங்கத்தின் அங்கங்களாக - அதிகாரிகளாக ஊழியர்களாக இருக்கத் தகுதியுடையவர்கள். இக்குணங்களுக்கு மாறான குணங்களைப் பெற்றவர்கள் அரசாங்கத்தில் அங்கம் வகிப்பார்களானால் நாடு பாழாகும். அந்நாட்டு மக்களின் வாழ்க்கையை அச்சமும் அவலமும்,

பசியும் பிணியும், கலகமும் குழப்பமும் புகுந்து பாழ்படுத்தும்.

நடுநிலை யில்லாக் கூட்டத்தைக் கருனை
நண்ணிடா அரையரை, நாளும்
கெடுநிலை நினைக்கும் சிற்றதி காரக்
கேடரைப் பொய்யல்லால் கிளத்தாப்
படுநிலை யவரைப், பார்த்தபோ தெல்லாம்
பயந்தனன் சுத்தசன் மார்க்கம்
விடுநிலை உலக நடையெலாம் கண்டே
வெருவினேன்! வெருவினேன் எந்தாய் !

என்பது வள்ளலார் வாசகம். அதிகார வர்க்கமும் அரசும் எப்படி இருக்கவேண்டும் என்பதை இதனால் விளக்கிக் கூறினார்.

பணத்திற்கு ஆசைப்பட்டுக் கையுறை வாங்கிக் கொள்வது; நீதியை அழிப்பது; நடுநிலைமை தவறி நடப்பது; இச்செயல்களைக் கொண்ட அதிகாரிகளைப் பார்க்கவே நான் அஞ்சு கின்றேன்.

கருணையற்ற ஆட்சியாளரை அரசரைப் பார்த்தாலே பயமாயிருக்கின்றது.

கையிலே சிறு அதிகாரம் கிடைத்துவிட்டாலே போதும்; அதை வைத்துக்கொண்டு ஒவ்வொரு நாளும், பிறருக்கு தீமை செய்வதையே தொழிலாகக் கொண்டிருக்கின்றவர்கள் மகா கொடியவர்கள்; கேடு செய்பவர்கள். இவர்களைக் காணவும் அஞ்சுகின்றேன்.

மறந்தும்கூட மெய் பேசுவதேயில்லை; பொய்யையே எப்பொழுதும் பேச்சாகக் கொண்டிருப்பவர்கள்; இவர்கள் படுமோசக்காரர்கள். இவர்களைக் காணும்போதும் நான் அஞ்சுகின்றேன்.

இவ்வாறு சுத்த சன்மார்க்கத்தைக் கைவிடுகின்ற நிலையிலே செல்லும் உலக நடையைக் கண்டு அஞ்சினேன்! எந்தையே! மிகவும் பயந்து போனேன்!

இதுவே மேற்காட்டிய செய்யுளில் அமைந்திருக்கும் பொருள். இதனால் அநீதியிழைக்கும் அதிகாரவர்கத்தை வள்ளலார் எவ்வளவு வெறுக்கிறார் என்பதைக் காணலாம்.

வள்ளலார் காலத்திலே இந்நாட்டில் வெள்ளையர் ஆட்சி வேரூன்றியிருந்தது. அவர்கள் அதிகாரச் செருக்குடன் மக்கள் மேல் ஆணை செலுத்திவந்தனர்; அக்காலத்தில், அரசாங்கத்தைப் பற்றி மக்கள் ஒரு வார்த்தை பேச முடியாது. அதிகார வர்க்கம் வைத்ததே சட்டமாக இருந்தது. மக்கள் அதிகார தேவதைகளைக் கண்டு அஞ்சி நடுங்கி அடங்கி வாழ்ந்தனர். இந்த நிலையை நேரில் கண்டே இவ்வாறு கூறினார்.

24. மாறுபடும் மதங்கள்

மதம் மக்களுக்கு அபின் என்பது இன்றைய பகுத்திறிவாளர் கூற்று. இது குருட்டுத்தனமாகக் கூறியதன்று. உலகப் போக்கைப் பார்த்து, உளம் வருந்திக் கூறியது; மதவெறி கொண்ட மக்கள் மண்டைகளை உடைத்துக் கொண்டு மனிதத் தன்மையை இழந்ததைக் கண்டு கூறியது. மக்களுக்கு மதவெறியை உண்டாக்கி அவர்களைச் சின்னா பின்னமாக்கித் தங்கள் காரியத்தைச் சாதித்துக் கொள்ளும் சுயநலக் கும்பல்களின் அக்கிரமத்தைக் கண்டு கூறியது.

சரித்திரம் படித்தவர்கள் மதச் சண்டைகளை அறிவார்கள். அவ்வளவு தூரம் போக வேண்டாம். மதவெறிதான் ஆயிரக் கணக்கான ஆண்டுகளாகச் சகோதரர்களாக வாழ்ந்த மக்களை ஆவேசத்துடன் அடித்துக் கொண்டு சாகும்படி செய்தது; மதவெறிதான் உலகத்திற்கு அகிம்சையைப் போதித்த மகாத்மாவின் உடலைக் கொள்ளை கொண்டது. இவை நாம் நமது காலத்திலேயே கண்கூடாகக் கண்ட காட்சி; நமது சந்ததியினர் சரித்திரத்தில் படித்து நம்மை என்றும் ஏளனம் செய்து கொண்டிருப்பதற்கு வழி செய்த அழியாத வடு.

அறிவுடன், பொறுமையுடன் சிந்திப்போர்க்கு மதவெறியால் விளைந்த கொடுமைகள் தெரியும். மதங்களின் உண்மைக் கொள்கைகளை அறிந்தவர்கள் ஒரு சிலர்தான். அவர்கள்தாம் எம்மதமும் சம்மதம் என்றிருப்பர். இத்தகைய உத்தமர்களால் உலகிற்கு ஒரு தீங்கும் இல்லை.

மதப் பற்றுத்தான் மனிதனை நல்ல வழியில் நடக்கச் செய்யும், மதப்பற்றுத்தான் நன்மை செய்யத் தூண்டும், தீய வழிகளில்

செல்லாமல் தடுக்கும்; மதப் பற்றுடையவன் தான் புண்ணிய பாவங்களுக்கு அஞ்சுவான்; மதப் பற்றுடையவன் தான் சீவகாருண்யம் உள்ளவனாயிருப்பான். மதப்பற்றில்லாதவன் கெட்டுப் போய்விடுவான்; நன்மை தீமைகளுக்கு அஞ்ச மாட்டான்; புண்ணிய பாவங்களுக்குப் பயப்பட மாட்டான்; கண்டதே காட்சி, கொண்டதே கோலமென்று திரிவான். ஆதலால், மதப்பற்று இன்றியமையாதது; ஒவ்வொரு சமூகத்திற்கும் தேவையானது என்பார்கள்.

இந்த விவாதம் நமது நாட்டிலே பல ஆண்டுகளாக நடைபெற்று வருகின்றது. இதற்கு முடிவில்லை. ஆனால் நாம் ஒன்றை மாத்திரம் நினைவூட்டுகிறோம். மதப் பற்று வேறு, ஆத்திகம் வேறு; மதப்பற்றின்மை வேறு, நாத்திகம் வேறு. மதப் பற்றுடையவர்கள்தாம் ஆத்திகர்கள், மதப் பற்றில்லாதவர்களெல்லாம் நாத்திகர்கள் என்று கூறுவதை ஒப்புக் கொள்ள வேண்டாம். மதவெறி - மதப்பெற்று உள்ளவர்களிலும் நாத்திகர் உண்டு; ஆத்திகரும் உண்டு. மதப் பற்று மதவெறி இல்லாதவர் களிலும் ஆத்திகர் உண்டு, நாத்திகரும் உண்டு.

மதத்திலே அபிமானம் கொண்டு உழல்வேன்;
வாட்டமே செய்யும் கூட்டத்தில் பயில்வேன்.

மதத்திலே பற்றுக் கொண்டு திரிகின்றேன். ஆனால் பிறர்க்குத் துன்பங்களையே செய்து கொண்டிருக்கும் கூட்டத்திலேயே வாழ்கின்றேன் என்கிறார் வடலூரார். இன்றைய உலகைப் பாருங்கள். பெண்களைப் கற்பழிப்பவர்கள் எல்லாம் மதப் பற்றுடையவர்கள்தாம். குழந்தைகளையும், மாதர்களையும், முதியவர்களையும் ஈவிரக்கமின்றிக் கொல்லுகிறவர்கள் எல்லாம் மதப் பற்றுடையவர்கள்தாம். இவ்வாறு மதப் பற்றுடையோர் கொடுமை செய்து வருவதை இன்றும் பார்க்கிறோம்.

வெறிக்கும் சமயக் குழியில் விழ
விரைந்தேன் தன்னை விழாதவகை
மறிக்கும் ஒருபேர் அறிவளித்த
வள்ளல் கொடியே.

வெறியை உண்டாக்கும் மதம் என்னும் படுகுழியில் விழுவதற்கு விரைந்து சென்று கொண்டிருந்த என்னை அப்படி விழாமல் தடுக்கத் தகுந்த ஒரு பேரறிவை அளித்த கருணா மூர்த்தியே! என்று கூறுகிறார் வள்ளலார். வெறிக்கும் சமயக் குழி என்பது குறிப்பிடத் தகுந்தது. வெறி குடியினால் வருவது; போதையினால் வருவது. அறிவில்லார்க்கு மதமும், சமயமும் இத்தகைய வெறியை உண்டாக்கும் என்றே உரைக்கின்றார்.

ஊடல்செய் மதமும் சமயமும் இவற்றில்
உற்றகற் பனைகளும் தவிர்ந்தேன்.

மதம் மக்களுக்கு ஊடலை உண்டாக்குவது; மக்களை ஒருவரோடு ஒருவர் அடித்துக்கொள்ளச் செய்வது. மதத்தில் சொல்லப்படுவன கற்பனைகள்; மதங்கள் கூறுவனவெல்லாம் உண்மையென்று நம்பி மோசம் போகவேண்டாம் என்பதை இவ்வாறு விளக்கினார்.

மதமெனும் பேய் பிடித்தாட்ட ஆடுகின்றார் எல்லாம்
மன்றிடத்தே வள்ளல் செய்யும் மாநடம் காண்குவரோ?

மதமென்னும் பேயால் பீடிக்கப்பட்டு ஆடுகின்றவர்கள் உண்மையை அறியமாட்டார்கள். அவர்கள் உள்ளமாகிய சபையிலே அறிவு நடனமிடுவதைக் காணமாட்டார்கள்.

இது உண்மை. மதப்பேய் பிடித்து வெறியாட்டம் ஆடுகின்றவர்களுக்கு அறிவேது? ஆலோசிக்கும் திறமையேது? பொறுமைதான் ஏது? அவர்கள் தங்கள் உள்ளொளியைக் காணமாட்டார்கள். உள்ளொளியாகிய பகுத்தறிவைக் கண்டவர்கள்தான் உண்மை வழியில் நடக்க முடியும்.

இதுமட்டும் அல்ல; மதங்கள் எல்லாம் பொய்! ஏட்டிலே பாடல்களிலே எழுதப்பட்டிருக்கும் மதங்கள், சமயங்கள் எல்லாம் பொய்: பொய்! நம்பாதீர்கள்! உங்கள் அறிவைத் துணையாகக்கொண்டு உண்மை நெறியுணர்ந்து நடவுங்கள் என்று வள்ளலார் கூறுகின்றார்.

குறித்துரைக்கின் றேன்இதனைக்
கேண்மின்! இங்கே வம்மின்!
கோணும்மனக் குரங்காலே
நாணுகின்ற உலகீர்!
வெறித்த உம்மால் ஒரு பயனும்
வேண்டுகிலேன் எனது
மெய்யுரையைப் பொய்யுரையாய்
வேறுநினை யாதீர்!
பொறித்தமதம் சமயம் எலாம்
பொய்! பொய்யே! அவற்றில்
புகுதாதீர்! சிவம் ஒன்றே
பொருள்எனக்கண்டு அறிமின்!
தெரிந்துதுதித் திடுமின்!
சித்தியெல்லாம் இத்தினமே
செறித்திடுசிற் சபை நடத்தைத்
சத்தியம்சேர்ந் திடுமே!

என்பது வள்ளலார் கூற்று. மதவெறி கொள்ள வேண்டாம்; அதனால் பயன் ஒன்றும் இல்லை. ஏட்டிலே எழுதப் பட்டிருக்கும் மதங்கள் எல்லாம் பொய்கள்! அவைகளில் புகுந்து வீணாக வேண்டாம். சிவம் என்னும் மங்களத்தையே உண்மையென்று கொள்ளுங்கள். அறிவுச் சபையில் உள்ள பகுத்தறிவைக் கண்டறியுங்கள். நீங்கள் நினைத்தவைகளை யெல்லாம் இப்பொழுதே பெறலாம் என்பதே இச் செய்யுளின் கருத்து.

சைவம், வைணவம் முதலிய சமயங்களிலும், வேதாந்தம் சித்தாந்தம் முதலிய மதங்களிலும் லட்சியம் வைக்க வேண்டாம். நான் முதலில் சைவ சமயத்தில் லட்சியம் வைத்துக் கொண்டிருந்தது இவ்வளவென்று அளவு சொல்ல முடியாது. அந்த லட்சியம் இப்போது எப்படிப் போய்விட்டது பார்த்தீர்களா? அப்படி லட்சியம் வைத்தற்குச் சாட்சி வேறே வேண்டியதில்லை. நான் பாடியிருக்கின்ற திருவருட்பாவில் அடங்கியிருக்கின்ற பாடலையும், மற்றவர்களுடைய பாடல்களையும் சபைக்குக் கொண்டு வந்தால், அவைகளே சாட்சி சொல்லிவிடும். ஏன் அவ்வளவு மிகுந்த அழுத்தம் எனக்கு அப்போது இருந்த தென்றால் அப்போது எனக்கு அவ்வளவு கொஞ்சம் அற்ப அறிவாக இருந்தது.

இது வள்ளலார் எழுதிய வசனநடை. இன்று இராமலிங்க பக்தர்களில் சிலர் இதை ஒப்புக்கொள்வதில்லை. இது வள்ளலாரால் எழுதப்பட்டதல்ல. பிற்காலத்தில் மதவெறுப்புக் கொண்டவர்களால் எழுதப்பட்டு, வள்ளலார் பெயரால் வெளியிடப்பட்டது என்று கூறுகின்றனர். இதன் உண்மையைப் பற்றிய ஆராய்ச்சி இங்க வேண்டுவதில்லை. இவ்வெழுத்தில் உள்ள கருத்துக்கள் வள்ளலார்க்கு உண்டா? இல்லையா? என்பதுதான் நமது கேள்வி. அவருடைய பாடல்களையும், ஆறாந் திருமுறையில் அவர் கூறியிருக்கும் புரட்சிகரமான கருத்துக்களையும் காணும் போது இக்கருத்து வள்ளலார்க்கு உண்டு என்றுதான் முடிவு கட்ட வேண்டும்.

அவர் உள்ளம் அவர் எண்ணம் உயர்வானது என்பதில் ஐயமில்லை. கொடுமை செய்வதற்கு வெறியூட்டும் மதச் சேற்றில் மூழ்க வேண்டாம் என்பதே அவர் கூறும் அறிவுரை.

25. மதச் சண்டை

மத நம்பிக்கை வேறு; மதப்பற்று வேறு. மத நம்பிக்கை யுள்ளவர்கள் மதத்தின் கொள்கைகளை அறிந்திருப்பார்கள். மதப் பற்றுள்ளவர்கள் எல்லோரும் மதத்தின் கொள்கைகளை அறிந்தவர்கள் என்று கூறிவிட முடியாது. அறிந்தவர்களும் உண்டு. பெரும்பாலானவர்கள் மூடப் பற்றும், முரட்டுப் பிடிவாதமும் கொண்டவர்களே. மதப் பற்றுக்கும் மத வெறிக்கும் இடைவெளி சிறிதுதான். பற்று, வெறியாக மாறிவிட்டால், அது வேறு மதத்தினர்பால் வெறுப்பை வளர்க்கும்; பகைமையை உண்டாக்கும்; கலகத்தை மூட்டி விடும்.

மதத்திலே நம்பிக்கையுள்ளவர்கள் மனித வர்க்கத்தை வெறுக்க மாட்டார்கள்; எம்மதமும் சம்மதம் எனக் கொள்வர். எவரையும் உடன்பிறந்தாராகக் கருதுவர். மதத்தின் தத்துவங்களை உண்மைக் கருத்துக்களை உள்ளத்தில் கொண்டு உறுதியாக நடப்பர்.

பொதுவாக மதங்களின் தத்துவம் ஒன்றுதான். மக்கள் எல்லோரும் சகோதரர்கள். மக்கள் பிறர் நன்மைக்காக உழைக்க வேண்டும். பணம் சேர்ப்போர் பிறரைக் கொடுமைப் படுத்தியோ, பட்டினி போட்டோ, ஏமாற்றியோ சேர்த்தல் கூடாது. சேர்த்த பணத்தையும் தன்னுடைய இன்பத்திற்கு மட்டிலும் பயன்படுத்தக் கூடாது. எல்லோர் நன்மைக்கும் பணத்தைப் பயன்படுத்த வேண்டும். சுருங்கக் கூறினால் செல்வம் படைத்தவர்கள் அந்தச் செல்வத்தைத் தம்முடைய தாகக் கருதாமல், நாட்டின் மக்களின் பொதுப் பொருளாகக் கருதவேண்டும். செல்வம் உடையவன், தன்னைச்

செல்வத்தின் சொந்தக்காரனாக நினைத்துக் கொள்ளக் கூடாது. தன்னை தர்மகர்த்தாவாக பாதுகாப்பாளனாக சம்பளமில்லாத கௌரவப் பாதுகாப்பாளனாக நினைத்துக் கொள்ள வேண்டும் இதுவே உண்மையான மதக் கொள்கை. இதையே மகாத்மா காந்தியும் வலியுறுத்தினார். இதையே ருஷிய ஞானியான டால்டாயும் வலியுறுத்தினார்.

மதத்தில் உண்மையான நம்பிக்கையுள்ள செல்வர்கள் தான் தர்மகர்த்தாக்களைப் போல நடக்க முடியும். மதப் பற்றுள்ளவர்கள் என்று சொல்லிக் கொள்வோரில் பலருக்கு இவ்வுண்மை தெரியாது. தெரிந்தாலும் நம்பமாட்டார்கள். நம்பினாலும் செயலில் காட்டமாட்டார்கள்.

மதம், பண்டைக் காலத்தில் மக்களின் ஒற்றுமைக்காக ஏற்பட்டது. மக்களின் நல்லொழுக்கத்தை வளர்க்கவே தோன்றிற்று. மக்களின் வறுமை, பிணி இவற்றைப் போக்கவே ஏற்பட்டது. மக்களை இவ்வுலகத்தில் அல்லல் இன்றி அன்புடன் இணைந்து வாழச் செய்வதற்காக ஏற்பட்டது. இதனால்தான் ஒவ்வொரு மதமும், அரசியலும், சுகாதாரமும் பொருளாதாரமும், சமூகச் சீர்திருத்தமும் கலந்து பின்னி, மதம் என்ற பெயரால் காட்சி யளிக்கின்றது.

ஆனால் நாளடைவில் மதக் கொள்கைகளை மக்கள் மறந்தனர். மதத்தின் மூலம் உண்டான வெளிவேஷங்களையும், ஆடம்பரங்களையும் ஆர்ப்பாட்டங்களையுமே மதமாகக் கருதினர். சுயநலவாதிகள் மதத்தின் பெயரால் மக்களைக் கலக நெறியில் செல்லத் தூண்டிவிட்டுத் தங்கள் காரியங்களைச் சாதித்துக் கொண்டனர்.மத நம்பிக்கை மாறி, மதவெறி மிகுந்து மக்களுக்குள் வெறுப்பும், கலகமும் மிகுந்தன. மதச் சண்டையும், சாதிச் சண்டையும் அண்ணன் தம்பிகள்தான். ஆதலால் வகுப்புச் சண்டைகளை மதச் சண்டையில் முளைத்தெழுந்த கிளைப் பயிர்கள் என்றுதான் சொல்ல வேண்டும்.

மதவெறி கொண்ட அரசாங்கங்களின் மூலம் உலக மக்கள் எய்திய இன்னலுக்கு எல்லையில்லை. இந்தப் படிப்பினையின் காரணமாக அரசாங்கமும் மதமும் ஒன்றாக இருத்தல் கூடாது. அரசியல், நாட்டில் உள்ள பல திறப்பட்ட மக்களுக்கும் சொந்தம்; மதம் ஒவ்வொரு மனிதனுடைய தனி உடைமை என்ற கொள்கை தோன்றிற்று. இக்கொள்கையே மதச் சண்டைக்கு முற்றுப்புள்ளி வைத்தது என்று கூறலாம்.

இதன் பிறகு மதங்களுக்காக ஒவ்வொரு நாட்டிலும் தனித்தனி தாபனங்கள் ஏற்பட்டன. அவைகள் மதப் பிரசாரம் செய்து வருகின்றன. இன்றளவும் அந்த தாபனங்கள் மதப் பிரசாரங்கள் செய்வதில் தவறுவதில்லை. ஆனால் மதப் பிரசாரத்தின் பயன் மட்டும் பூரண சந்திரவடிவந்தான்.

ஒட்டகம் ஊசியின் காது வழியிலே நுழைந்து சென்றாலும் செல்லலாம். ஆனால் பணக்காரன் சுவர்க்கத்தை அடைய முடியாது என்பது கிறிஸ்துநாதர் போதனை. கிறிஸ்துவர் களுக்குள்தான் முதலாளி தொழிலாளி சண்டை தொடங்கிற்று.

இஸ்லாம் என்றாலே சமாதானம் என்று பொருள். இதன் பொருளையே முஸ்லீம் தோழர்கள் மறந்துவிட்டனர். பெண்ணுரி மையை முஸ்லீம் மதம் வலியுறுத்தும் அளவு வேறு எந்த மதமும் வலியுறுத்தவில்லை. ஆனால்?

சீவகாருணண்யத்தையே உருவாகக் கொண்டது ஜைன மதம். பாட்டாளிகளைச் சுரண்டுவதில் இன்று ஜைனர்களே முதலில் நிற்கின்றனர். பெரும்பாலான லேவாதேவிக்காரர்கள் அவர்களே என்பதை நினைவுறுத்துகிறோம்.

அஹிம்சையையும், சகோதரத்துவத்தையும், உண்மை ஒழுக்கங்களையும் வலியுறுத்த வந்தது புத்த மதம். அந்த மதம்

வளரும் நாடுகளைப் பார்த்தால், புத்தமதக் கொள்கையில் எந்த அளவு நிலைத்திருக்கின்றது என்பது விளங்கும்.

தனக்கென்று வாழாமல் பிறர் நன்மைக்காகவே உயிர் வாழவேண்டும். தொழில் செய்யவேண்டும், வாழ்நாள் முழுவதும் பணியாற்ற வேண்டும் என்று போதிப்பது காலங் குறிப்பிட முடியாத இந்து மதம். இன்று எத்தனை இந்துக்கள் இந் நெறியைப் பின்பற்றுகின்றனர் ?

மதம் போதிக்கும் நல்லொழுக்கங்கள் மக்கள் மனத்தில் ஏறவில்லை. பெயருக்காக மதத்தைச் சொல்லிக் கொள்கிறார்கள்; செயலிலோ அதன் கொள்கைகளுக்கு நேர்மாறாக நடக்கின்றனர்.

மதங்களின் இந்த நிலையை பல்லாண்டுகளுக்கு முன்பே கண்டறிந்தார் நமது வள்ளலார். பழைய மதங்களை இனிச் சீர் திருத்த முடியாது. புதுமதம் வேண்டுமென எண்ணினார். பழைய மதங்களில் பிழிந்தெடுத்த சாரந்தான் ராமலிங்கர் கூறும் சமரச சுத்த சன்மார்க்கம். ஒற்றுமையான பரிசுத்தமுள்ள உண்மை நெறிதான் சமரச சுத்த சன்மார்க்கம் என்பது. அந்த உண்மை நெறிதான் ஆன்ம நேய ஒருமைப்பாடு என்பது. எல்லா மக்களும் அன்போடு ஒன்றுபட்டு வாழ்தல் தான் ஆன்மநேய ஒருமைப்பாடு.

பழைய மதங்களின் இன்றைய நிலைமையைப் பற்றி வள்ளலார் கூறுவது இதுதான் :

கூறுகின்ற சமயமெலாம் மதங்களளெலாம் பிடித்துக்
கூவுகின்றார் பலன் ஒன்றும் கொண்டறியார்; வீணே
நீறுகின்றார்; மண்ணாகி நாறுகின்றார்; அவர்பால்
நீடுலகில் அழிந்துவிட நினைத்தேனோ ! நிலைமேல்

ஏறுகின்ற திறம் விழைந்தேன் ; ஏற்றுவித்தாய் ! ஆங்கே
இலங்குதிருக் கதவுதிறந்து இன் அமுதம் அளித்தே
தேறுகின்ற மெஞ்ஞான சித்திஉறப் புரிவாய் !
சித்தசிகா மணியே ! என் திருநடநா யகனே !

சுயநலவாதிகள் மக்களிடம் அபிமானவற்றவர்கள் பொய்ந் நூல்கள் சொல்லுகின்ற சமயங்களையும், மதங்களையும் உண்மையென்று பிடித்துக் கொள்ளுகின்றனர். அர்த்தமின்றி வீண் கூச்சலிடுகின்றனர். அவைகளால் அவர்கள் ஒரு பயனையும் அடையவேயில்லை. வீணாக ஒருவரோடு ஒருவர் அடித்துக் கொண்டு சாம்பலாகின்றனர். மண்ணோடு மண்ணாகி மடிகின்றனர். அவர்களைப் போல் நானும் இந்தப் பெரிய உலகத்தில் வீணாக அழிந்துபோக நினைக்க மாட்டேன். உயர்ந்த நிலையை அடைகின்ற தன்மையை விரும்புகின்றேன்; அவ்வாறே ஏற்றம் அளித்தாய் ! விளங்குகின்ற அறிவுக் கதவைக் திறந்து இனிய அமுதம் அளிப்பாய்! அறிவினால் பல காரியங்களையும் சாதிக்கும்படி செய்வாய் என் உள்ளத்தில் நடமாடும் ஒப்பற்ற அறிவொளியே!.

வள்ளலாரின் இக்கருத்தை இவ்வுலகம் மேற்கொள்ளும் காலத்தில்தான் மக்களுக்குள் உண்மையான சமாதானம் நிலவ முடியும். மக்களிடையில் இன்று நிலவும் வெறுப்பும், பிளவும் ஒழியும்; உலக மக்கள் ஒன்றுபட்டு வாழ்வார்கள்.

26. சாத்திரங்களின் உண்மை

இக்காலத்தில் அறிவு நூல்களுக்குச் சாத்திரங்கள் என்ற பெயர். நிலத்தில் விளையும் பண்டங்களைப் பற்றிக் கூறுகின்ற நூல்கள் உண்டு. மரம் செடி கொடி ஆகீய தாவரங்களைப் பற்றிக் கூறும் நூல்கள், நீர்வாழ் பிராணிகளைப் பற்றிக் கூறும் நூல்கள் உள்ளன. வானத்தைப் பற்றி, வானத்தில் வாழும் சூரியன், சந்திரன், நட்சத்திரம், மற்ற கிரகங்களைப் பற்றிக் கூறும் நூல்கள் உண்டு. மக்களுடைய பிறப்பு வளர்ப்பைப் பற்றிக் கூறும் நூல்கள் உண்டு. உலோகப் பொருள்களைப் பற்றி, மருந்துகளைப் பற்றி, அவைகளைப் பயன்படுத்தும் விதங்களைப்பற்றிக் கூறும் நூல்கள் உண்டு. இத்தகைய ஆராய்ச்சி நூல்களையே இன்று சாத்திரங்கள் என்று வழங்குகிறோம்.

நமது நாட்டில் தமிழ் மொழியில், உடல்நூல், உளநூல், நிலநூல், வானநூல், உயிர்நூல், ரசாயனநூல் முதலிய நூல்கள் தனித்தனியாக இல்லை. இவைகள் நமது பண்டைய இலக்கியங்களில் மத, தத்துவ சாதிரங்களில் கலந்துள்ளன. நமது முன்னோர்கள் உடல், உள்ளம், நிலம், வானம், உயிர். ரசாயனம் முதலியவைகளைப் பற்றி அறியாதவர்கள் அல்லர். ஆனால் அவைகளைப் பற்றி அவர்கள் தனித்தனியாக நூல்கள் எழுதி வைக்கவில்லை. இவைகளைப் பற்றி வைத்திய நூல்களிலும், சோதிட நூல்களிலும் புராண இதிகாசங்களிலும் ஆங்காங்கே கூறிச் சென்றனர்.

ஆதலால் நமது நாட்டினர் புராணம், இதிகாசம், வேதம் ஆகமம் முதலியவைகளையே சாத்திரங்கள் என்று எண்ணி

வந்தனர். இத்தகைய நூல்களையே நமது வள்ளலாரும் சாத்திரங்கள் என்று கூறுகின்றார்.

நமது நாட்டில் வழங்கும் வேத புராண இதிகாச ஆகம சாத்திரங்களில் மக்கள் வாழ்க்கைக்குப் பெரும்பயன் விளைவதில்லை. இவைகளை அப்படியே நம்பும் மக்கள் உலக மக்கள் எல்லோரும் ஒன்றென்னும் உண்மையை உணர்வதில்லை. சாதியினால், மதத்தினால், மொழியினால், பழக்க வழக்கங்களால், மூடநம்பிக்கைகளால் ஒருவர் மீது ஒருவர் வெறுப்புக் கொள்ளுகின்றனர்.

உதாரணமாகத் தீர்த்த யாத்திரை போதல், தல யாத்திரை போதல் என்ற வழக்கத்தை எடுத்துக் கொள்வோம். இவைகளைப் பற்றிப் பல புராணங்களில் எழுதப்பட்டிருக்கின்றன. ஒரு தலத்தைப் பற்றிக் கூறும்போது, மதுரையைப் பற்றியோ, திருவரங்கத்தைப் பற்றியோ, தில்லையைப் பற்றியோ திருவேங்கடத்தைப் பற்றியோ கூறும்போது, அந்தந்த ஊர்களையே உயர்த்திக் கூறுவர். அந்த ஊர்களுக்குச் சென்று அங்குள்ள தெய்வங்களை வணங்கினால் எல்லாப் பாவங்களும் தொலைந்து விடும் என்று கூறப்படும்.

இதைப்போலவே எந்தத் தீர்த்தங்களைப் பற்றிக் கூறினாலும் அதனைக் கங்கையிலும் உயர்ந்ததென்று கூறுவர். அந்தத் தீர்த்தத்தில் மூழ்கினால் பஞ்சமா பாதகங்கள் தொலைந்துவிடும் என்று பகர்வர்.

யாத்திரை என்பது எதற்காகக் கூறப்பட்டது என்பதை உணர்ந்தவர்கள் வெகு சிலரே. பண்டைநாளில் ரயில், மோட்டார், வானூர்தி முதலிய பிரயாண வசதிகள் இல்லாத காலத்தில் மக்கள் நடந்து யாத்திரை செய்து வந்தனர். அவர்கள் போகும் வழியில் பல இயற்கைக் காட்சிகளைக்

கண்டறியலாம். பல திறப்பட்ட மக்களின் நாகரிகத்தைக் காணலாம். பலதேச மக்களுடன் ஒன்றாகப் பழகலாம். பல நாடுகளில் நடைபெறும் வியாபாரம், விளைபொருள் உற்பத்தி முதலியவைகளை நேரே கண்டறியலாம். இவைகளை அறிவதன் மூலம், மக்களுடைய அறிவு தெளிவடையும்; பல மக்களின் கூட்டுறவு ஏற்படும்; பல நாட்டினருடன் வாணிகத் தொடர்பு, கலைத் தொடர்பு முதலியன ஏற்படும். இந்த நோக்கத்துடனே தான் யாத்திரை என்பதை மத சம்பந்தமுள்ளதாக வைத்தனர். இவ்வுண்மைகளை உணர்ந்து இந்நாளில் யாத்திரை செய்வோர் எத்தனை பேர்? இவ்வுண்மைகளை எந்தப் புராணமும் வெளிப்படையாகச் சொல்லவில்லை.

அடுத்து, தீர்த்தங்களைப் பற்றி எடுத்துக் கொள்ளுவோம். பண்டை நாளில் புராணங்களில் குறிப்பிடப்பட்டுள்ள தீர்த்தங்கள் பல. அவை ஆறுகள், குளங்கள். ஆறுகள் பெரும்பாலும் மலைகளிலிருந்து வெட்டவெளிகளின் வழியே ஓடி வருவன. மலைகளில் நோய் தீர்க்கும் மூலிகைகள் பல உண்டு. உடலுக்கு நலமளிக்கும் உலோகச் சத்துக்கள் உண்டு. ஆறுகள் ஓடிவரும் வெட்டவெளிகளிலும் சுட்டாந்தரைகளிலும் இத்தகைய உலோகச் சத்துள்ள வெளிகள் உண்டு. அவற்றின் வழியே வரும் நீரில் அச் சத்துக்கள் கலந்துள்ளதால் அந்நீரில் குளிக்கும் மாந்தர்க்குப் பல நோய்கள் தீரலாம். தீர்த்தங்களாக விளங்கும் குளங்களிலும் பல, மலையிலிருந்து வந்த நீர் நிரம்பியதாக இருந்தன. சில தடாகங்கள், கெந்தக பூமியிலோ, இரும்புச் சத்துள்ள நிலத்திலோ, தாமிரச் சத்துள்ள நிலத்திலோ, அப்பிரகச் சத்துள்ள நிலத்திலோ இயல்பைக் கொண்டிருக்கும். நிலத்து இயல்பால் நீர் திரிந்து அற்றாகும் அன்றோ ? ஆதலால், இந்த நீர் நிலைகளில் முழுகுவோர்க்குச் சில நோய்கள் நீங்கலாம். இந்த நலங்கருதியே தீர்த்த யாத்திரையை நலமென்று கூறினர். இவ்வுண்மை தெரிந்து தீர்த்தமாடுவோர் இன்று எத்தனை பேர்?

இன்று உண்மையறிவற்ற யாத்திரிகர், பாசி பிடித்து, நாற்றம் பிடித்து, பல நோய்க்கிருமிகளை உற்பத்தி செய்யும் குட்டை குளங்களிலும் தீர்த்தம் என்று முழுகி நோயடைகின்றனர். இது சாத்திரத்தால் நேர்ந்த கோளாறு.

பண்டை நாளில் இருந்தது போல் இன்று ஆற்றங்கரைகள் சுத்தமாக இல்லை. மக்கள் கழிக்கும் மலங்கள் ஆற்று நீரிலேயே கலந்து வருகின்றன. குளங்களும் அப்படியே. அவற்றின் இயல்பே மாறிவிட்டது.

ஒரு பொருளைப்பற்றி நாம் தெரிந்து கொள்ளவேண்டு மானால், மூன்று வழிகளால் உணர்ந்து கொள்ளலாம் என்றனர் அறிஞர். நேரே பார்த்துத் தெரிந்துகொள்ளுதல்; சில அறிகுறி களைக் கொண்டு ஆராய்ந்து தெரிந்து கொள்ளுதல்; நூல்களின் மூலம் தெரிந்து கொள்ளுதல். இம்மூன்று வழிகளால் ஒரு பொருளைப் பற்றித் தெரிந்து கொள்ளலாம். இம்மூன்றுள் நேரே கண்டு ஆராய்ந்து தெரிந்து கொள்வதே சிறந்தது என்பது வள்ளலார் கருத்து. இவ்வாறு தெரிந்து கொள்ளும் மக்களே பூரண அறிவு பெற்றவராவர்.

சாத்திரங்கள் எல்லாம் தடுமாற்றம் சொல்வதன்றி
நேத்திரங்கள் போற்காட்ட நேராவே

என்று காட்சியளவையே சிறந்ததெனக் கூறினார்.

சாதிமதம் சமயம் எனும் சங்கம்விட் டறியேன்
சாத்திரச்சே றாடுகின்ற சஞ்சலம்விட்டு அறியேன்

சாத்திரங்கள் சேற்றுநிலம். அதில் இறங்கினால் அவதியுற வேண்டியதுதான். சஞ்சலத்தையே சாத்திரங்கள் தரும்.

சாதியும் மதமும் சமயமும் தவிர்ந்தேன்;

சாத்திரக் குப்பையும் தணந்தேன்;

நீதியும் நிலையும் சத்தியப் பொருளும்

நித்திய வாழ்க்கையும் சுகமும்

ஆதியும் நடுவும் அந்தமும் எல்லாம்

அருட்பெரும் சோதிஎன்று அறிந்தேன்;

ஓதிய அனைத்தும் நீஅறிந் ததுநான்

உரைப்பதுஎன்? அடிக்கடி உனக்கே.

சாத்திரம் என்பன குப்பைகள். அவைகளில் உண்மை மணிகள் இல்லை.

வேதா கமங்கள் என்று வீண்வாதம் ஆடுகின்றீர்!

வேதா கமத்தின் விளைவறியீர்! சூதாகச்

சொன்னவலால் உண்மைவெளி தோன்ற உரைத்தல் இலை;

என்ன பயனோ இவை?

என்றார். ஆதலின் பகுத்தறிவு கொண்டு சாத்திரத்தைப் பார்ப்போர், பகுத்தறிவுக் கண்ணாடி தரித்துப் பழம் புராணங்களை ஆராய்வோர் சேற்றில் மாட்டிக் கொள்ள மாட்டார்கள்; சஞ்சலத்தில் அகப்பட மாட்டார்கள்; குப்பைக்குள் புகுந்து உடலும் மனமும் அழுக்காகி அல்லற்பட மாட்டார்கள். சூதுகளை உணர்ந்து உண்மைவழி நடப்பார்கள். இக்கருத்துடனேயே சாத்திரங்களைப்பற்றி நமக்கு எச்சரிக்கை செய்கின்றார் வடலூர் வள்ளலார்.

27. மூட நம்பிக்கை

சிலர் தாம் செய்யும் காரியங்கள் பற்றி நாம் ஏன் இவற்றைச் செய்கிறோம்? இவற்றைச் செய்தால் என்ன பயன்? செய்யாவிட்டால் என்ன? செய்யாமல் விட்டு விட்டால் குடி முழுகிப் போய்விடுமா? என்று யோசிப்பதேயில்லை. யோசிக்காமல் சில காரியங்களைச் செய்து வருகிறார்கள். நம்முடைய தகப்பனார் செய்த காரியம்; நம்முடைய பாட்டனார் செய்த காரியம்; வழக்கமாகச் செய்து வந்த காரியம்; நாம் நிறுத்தக் கூடாது. நம்முடைய பிள்ளைகள். பெயரன்கள் எப்படி யாவது போகட்டும். நாமுள்ள வரையிலும் புதிய மாறுதல் எதுவும் வேண்டாம்; முன்னோர் முறையையே பின்பற்றிச் செல்வோம். இவ்வாறு சமாதானம் சொல்லி விடுகின்றனர். அர்த்தமில்லாத காரியங்களைச் செய்பவர்கள் சொல்லும் சமாதானம் இது.

தென்னாட்டில் சில வகுப்பினர்கள் கிறிஸ்துவர்களாக இருக்கின்றனர். அவர்களுடைய குடும்பப் பழக்க வழக்கங்களை எடுத்துக் கொண்டால் இன்னும் இந்துக்கள் போலவே நடந்து வருகின்றனர். அவர்கள் கிறிஸ்துவ மத வழக்கப்படி மாதா கோவிலில் பாதிரியார் முன்னிலையில் திருமணம் செய்து கொள்ளுவார்கள். மீண்டும் வீட்டுக்கு வந்ததும், தங்கள் பழைய மதக்கொள்கைப்படி புரோகிதரை வைத்துத் திருமணம் செய்து கொள்ளுவார்கள். சிலர் அமாவாசை விரதங்கூட இருக்கிறார்கள். இந்த வழக்கம் கிறிஸ்துவராக மாறினவர்களிடமும் இருந்து வருகின்றது. இதற்குப் பெயர்தான் மூடநம்பிக்கை.

ஒரு ஆணும், ஒரு பெண்ணும் மணம் செய்து கொள்ள வேண்டுமானால் அவர்களுக்குள் உடன்பாடு வேண்டும். அவர்கள் ஒருவரை ஒருவர் காதலிக்க வேண்டும். அதன் பிறகு தான் அவர் களுக்குள் திருமணம் நடைபெற வேண்டும்; நடத்தி வைக்கவும் வேண்டும். இதுவே பண்டைத் தமிழர்களின் கொள்கை.

பெற்றோர்கள் அறியாதபடி ஒரு பெண்ணும், ஒரு ஆணும் காதலித்தலுக்குக் களவு என்று பெயர். இருவரும் மணம் புரிந்து கொண்டு ஊரார் அறியக் குடித்தனம் பண்ணுவதற்குக் கற்பு என்று பெயர். களவு இல்லாமல் கற்பு நிகழாது. இது தமிழர் மரபு. பெரும்பாலும் உலகமெங்கும் திருமணம், இந்த முறையில் தான் நடைபெற்று வந்தது. இன்றும் பெரும்பாலான நாடுகளில் இம்மாதிரியான திருமணம் நடைபெறுகின்றது. இதுதான் இயற்கையுமாகும்.

ஆனால் நமது நாட்டில் பல குடும்பங்களில் இந்த முறைக்கு மாறாகத் திருமணங்கள் நடைபெறுவதைக் காணுகின்றோம். மணமக்கள் சம்மதத்தைப் பற்றி அவர்கள் கவலைப்படுதேயில்லை.

நோய்க்கு மருந்துண்டு, உடலில் இரத்தக் குறைவால் பல நோய்கள் உண்டாகின்றன. தாய் தந்தையர்கள் காரணமாகப் பலர் நோயாளிகளாக இருக்கின்றனர். சீதோஷ்ண மாறுபாடுகளால் பல தொத்துநோய்கள் தோன்றுகின்றன; இவற்றால் பீடிக்கப்படும் மக்களைக் காப்பாற்றவே பல்லாயிரக்கணக்கான ஆண்டுகளாக மருந்து கொடுக்கும் முறை வழக்கத்தில் இருந்து வருகிறது. மருந்தினால் தான் நோய் தணிய முடியும். அது இயற்கையான காற்று, சூரிய வெளிச்சம் போன்ற மருந்தாகவும் இருக்கலாம்; அல்லது இயற்கை மருந்தாகவும் இருக்கலாம்.

அறியாத மக்களில் பலர் அறிந்தவர்களிலும் கூட ஒரு சிலர் நோய்க்குக் காரணம் பேய் பிசாசுகள் என்று கருதுகின்றனர். மருந்துண்ணாமல், மந்திரத்தால் உயிர் பிழைக்கலாம் என்று எண்ணுகின்றனர்; மந்திரவாதிகளிடம் சிக்கி மாளுகின்றனர். இது மூட நம்பிக்கையின் விளைவு.

நகை அணியும் ஒரு வர்க்கத்தை எடுத்துக் கொள்ளுங்கள். இது காட்டுமிராண்டித்தனமான வழக்கம். மக்கள் நாகரிகமின்றி, காடு வாழ்க்கை வாழ்ந்த காலத்தில், காட்டுப் பூக்களைக் கழுத்திலும், காதிலும், மூக்கிலும் அணிந்து கொண்டனர். சிறிய கொட்டைகளையும் விதைகளையும் மாலையாகக் கோத்துக் கழுத்திலே போட்டுக் கொண்டனர். அதே வழக்கம் இன்றைய நாகரிகத்திலும் ஆட்சி புரிகின்றது. மலர் வடிவாகவும், கொட்டைகள், விதைகள் வடிவாகவும் தங்கத்தைச் செய்து, காதில், மூக்கில், கழுத்தில், தலையில் அணிகின்றனர்.

பாவம்! இந்தத் தங்கத்தையும் கல்லையும் சுமப்பதற்காக மூக்கையும் காதையும் துளைத்துக் கொள்ளுகின்றனர்! இது இயற்கையா? ஆராய்ந்தால் அறிவீனம் என்று விளங்கு மல்லவா? ஏன் இம்மாதிரி செய்கின்றனர்? முன்னோர் வழக்கம் என்ற மூடத்தனம் அல்லவா? இத்தகைய பொருளற்ற மூடத்தனங்கள் எல்லாம் ஒழிய வேண்டும் என்று இராமலிங்கர் வற்புறுத்துகிறார்.

சழக்கு வெளுத்தது சாதி ஆச்சிரமம் ஆச்சாரம்
சமயமதாச் சாரம்எனச் சண்டையிட்ட கலக
வழக்கு வெளுத்தது
கலையுரைத்த கற்பனைகள் நிலையெனக் கொண்டாடும்
கண்மூடி வழக்கமெலாம் மண்மூடிப் போக!
மலைவறுசன் மார்க்கம்ஒன்றே நிலைபெற, மெய்யுலகம்
வாழ்ந்து ஓங்கக் கருதி அருள் வழங்கினை என் தனக்கே

என்று இவ்வாறு பாடியிருக்கின்றார். இக்கருத்தை இன்னும் தெளிவாக உரைநடையிலும் வலியுறுத்திச் சொல்லியிருக்கின்றார்.

காதில் இரண்டு பொத்தல் செய்துவர விடுத்தவர் ஆணுக்குக் கடுக்கன் இடுதலும், பெண்ணுக்கு மூக்குத்தி முதலியன போடுதலும், தமக்குச் சம்மதமானால், காதிலும் மூக்கிலும் அதற்கு வேண்டிய பொத்தலிட்டு வரவிட்டிருக்க மாட்டாரா? என்று விசாரித்துத் தெரிந்து கொள்ளுகிற பட்சத்தில் காதில் கடுக்கன் இடவும், மூக்கு முதலியவற்றில் நகையிடவும் சம்மதம் வருமா ?

இதுவே அவர் சொல்லியிருக்கும் உரைநடை. ஆண்களும், பெண்களும் நகை அணிவது இயற்கைக்கு விரோதமானது என்பதை இவ்வாறு வலியுறுத்தி யிருக்கின்றார்.

மேலே காட்டியவைகள் வள்ளலாரின் வாய்மொழிகள். மூட நம்பிக்கையிலிருந்து முதலில் விடுபட்ட மக்கள்தான், அரசியலிலும் சமுதாய வாழ்விலும் உயர்வடைய முடியும் என்ற உண்மையை உணர்ந்தவர் நமது வடலூரார். அதனாலேயே அவர் அச்சமின்றி மூட நம்பிக்கைகளைக் கண்டிக்கிறார். வெறுக்கிறார்.

28. உயிர்ப் பலி

மனிதன் அறிவற்றவனாயிருந்த காலத்திலே காற்றைக் கண்டு கலக்கம் அடைந்தான். நீரோட்டத்தைக் கண்டு நிலை கலங்கினான். நெருப்பைக் கண்டு நெஞ்சம் நடுங்கினான். தகதகவென்று பிரகாசிக்கும் சூரியனைப் பற்றிச் சிந்தித்தான்; ஒன்றும் புரியவில்லை. காலையில் அதன் இளங் கதிரில் காய்ந்து இன்புற்றான். நடுப்பகலில் அதன் கொடும் வெயிலில் அகப்பட்டு வருந்தினான்; மாலையில் அதன் மஞ்சள் நிறக் கதிரால் மனம் மகிழ்ந்தான்.

இரவிலே வானத்திலே வளர்ந்து எழுந்த பிறைச் சந்திரனால் பெரிதும் களிப்புற்றான். பூரணச் சந்திர பிம்பத்தைக் கண்டு புளகாங்கிதம் அடைந்தான். இந்த நிலையிலே அவனால் இவைகளைப் பற்றி இன்னவையென்று தீர்மானிக்க முடியவில்லை.

தலைவெடிக்கக் கதிரவன் காய்கின்றான். வெயிலிலே தலை நீட்ட முடியவில்லை. பூமியிலே அடி வைக்க முடியவில்லை. அடிவைத்தால் அவ்வளவுதான்; கால்கள் வெந்து குழம்பாகி விடும் போல் காணப்படுகிறது. சிறிது நேரத்தில் வானத்திலே கருமேகங்கள் கவிந்துவிடுகின்றன. கண்ணைப் பறிக்கும் படியான மின்னல்கள்; காது செவிடுபடும் படியான இடிமுழக்கம் சோவென்று மழை பெய்கின்றது. வாடிய பயிர்கள் தழைக்கின்றன. கொதித்த பூமி குளிர்ச்சியடைகின்றது. வெயிலால் வெந்து வாடிய மக்களின் உடலிலே உற்சாகம், உள்ளத்திலே ஊக்கம், மனத்திலே கட்டுக்கடங்காத மகிழ்ச்சி தோன்றுகின்றன.

இந்த நிகழ்ச்சிகளைக் கண்டு அந்தக்காலத்து மனிதர்கள் ஆச்சரியப்பட்டனர். இவைகளுக்குக் காரணத்தை அறிய முயன்றனர். அவர்கள் அறிவிலே ஒன்றும் புலப்படவில்லை. சட்டென்று ஒரு முடிவுக்கு வந்தனர். தம்மைக் காட்டிலும் சக்தி படைத்தவர்கள் இருக்கிறார்கள். அவர்கள் தான் இக்காரியங் களைச் செய்கிறார்கள். அவர்களை நாம் வணங்க வேண்டும் அவர்களை நாம்வணங்காவிட்டால் அவர்களால் நமக்குத் தீமை ஏற்படும் என்று எண்ணினார்.

இந்த எண்ணம் காரணமாகவே காற்று ஒரு தெய்வம்; வாயு ஒரு பகவான்; நெருப்பு ஒரு கடவுள்; அக்கினி ஒரு ஆண்டவன்; தண்ணீர் ஒரு தெய்வம்; வருணன் ஒரு பகவான்; சூரியன் ஒரு தெய்வம்; சந்திரன் ஒரு தெய்வம் இவ்வாறு, அவர்கள் கண்ட அதிசயங்கள் ஒவ்வொன்றையும் ஒவ்வொரு தெய்வம் ஆக்கினர்.

இந்த முறையிலே, ஆதிகாலத்து மக்கள் வணங்கிய தெய்வங்கள் பலவாயின. எந்த நாட்டிலும் இந்தப் பல தெய்வக் கொள்கைகளே இருந்தன.

தெய்வங்கள் பலவென்று சொல்வது தவறு. தெய்வம் ஒன்றுதான் என்று அந்தக் காலத்திலே கூறியவர்கள் புரட்சிக் காரர்களாகக் கருதப்பட்டார்கள். சாக்ரடீசு, ஏசுநாதர், நபிநாயகம் போன்றவர்கள் ஏக தெய்வக் கொள்கையைப் பிரச்சாரம் செய்த காரணத்தினாலே அல்லல்களுக்கு ஆளாயினர்.

இயற்கைப் பொருள்களையெல்லாம் தெய்வங்கள் என்று நம்பிய மக்கள் இயற்கை நிகழ்ச்சிகளையெல்லாம் தெய்வச் செயல்கள் என்று நம்பிய மக்கள் அவைகளை ஆராதித்தனர்; அவைகளுக்குத் தாங்கள் உண்ணும் உணவுகளை, குடிக்கும் பானங்களை வைத்துப் படைத்தனர்.

இவ்வாறுதான் தெய்வங்களுக்குப் பலியிடும் வழக்கம் ஏற்பட்டது. இவ் வழக்கம் இல்லாத நாடுகளேயில்லை. உலக சரித்திரத்தைப் படிப்போர், கேட்போர் இவ்வுண்மையை அறிவார்கள்.

மக்கள் அறிவு வளர்ச்சியடைந்த பின் பல இயற்கை நிகழ்ச்சிகளின் உண்மைகளை அறிந்தனர். பல தெய்வ வணக்கங்கள் பல நாடுகளிலும் ஒழிக்கப்பட்டன. பல தெய்வ வணக்கங்கள் ஒழிக்கப் பட்டதோடு கூடவே பலியிடும் வழக்கங்களும் ஒழிக்கப்பட்டன.

தெய்வம் என்பது சத்தியம் உண்மை அறிவு, அன்பு, ஒளி என்பவைகள். இத் தெய்வ உணர்ச்சி மனித சமூகத்தில் வளர வேண்டும் என்றால் அதை மறுப்பார் எவரும் இல்லை. எந்த விஞ்ஞானமும் இத்தகைய தெய்வத்தை இல்லையென்று சொல்லவில்லை. மகாத்மாவின் கொள்கை இதுவே. தெய்வத்தின் பெயரைச் சொல்லி மனித சமூகத்தை ஏமாற்றுகிறவர்களுக்கே விஞ்ஞானம் எமனாக நிற்கிறது.

இவ்வளவு அறிவும் நாகரிகமும் வளர்ந்த இக்காலத்திலும் பழைய அநாகரிகச் சின்னங்கள் மறைந்துவிடவில்லை. மக்களிடம் இருந்த பழைய மூட நம்பிக்கைகள் முழுவதும் ஒழிந்து போய் விடவில்லை. பழைய காட்டு மிராண்டித்தனமான செயல்கள் இன்னும் தொடர்ந்து வந்து கொண்டு தான் இருக்கின்றன.

இத்தகைய பழைய மூடத்தனமான செயல்களிலே பல தெய்வ வணக்கம் ஒன்று. பலதெய்வ வணக்கம் நிலைத்திருக்கும் வரையிலும், அவைகளுக்குப் பலியிடும் வழக்கம் நிலைத்துத் தான் இருக்கும்.

நாகரிகம் பெற்ற மனித சமுதாயத்திலே பல தெய்வங்கள் வாழ முடியாது. அநாகரிகமுடைய சமுதாயத்தில் தான் பல தெய்வங்கள் வாழ முடியும். பலதெய்வ வணக்கங்களும், அவைகளுக்குப் பலியிடும் அநாகரிக வழக்கங்களும் கட்டாயமாக ஒழிக்கப் பட வேண்டும்.

மக்கள் தாமே சீர்திருந்துவார்கள் என்று கூறும் வாதம் தவறு. எந்தக் காலத்திலும் மக்கள் தாமே சீர்திருந்தியதில்லை. மதத் தலைவர்களும், சீர்திருத்தவாதிகளும் ஜன சமூகத்தின் எதிர்ப்பு வெள்ளத்தில் தான் நீந்தினார்கள். அவர்களின் எதிர்ப்பைச் சமாளித்து தான் தங்கள் கொள்கைகளை நிலை நாட்டினார்கள். இந்த உண்மையை அறிந்தவர்கள் மக்கள் ஒப்புக்கொள்ளா விட்டாலும், எதிர்த்தாலும் பலாத்காரமாகச் சீர்திருத்தத்தைப் புகுத்துவதை மறுக்கமாட்டார்கள்; எதிர்க்க மாட்டார்கள்.

பலதெய்வக் கொள்கையை வள்ளலார் ஒப்புக் கொள்ளவில்லை. அவைகளைச் சிறு தெய்வங்கள் என்று குறிப்பிடுகின்றார். இச் சிறுதெய்வங்களுக்குப் பலியிடும் அநாகரிகத்தை வன்மையாகக் கண்டிக்கிறார். பலியிடுவதைக் கண்டு உள்ளம் வருந்துகிறார். இதைப்பற்றி அவர் கூறியிருப்பதைப் பாருங்கள்.

சிறுதெய்வக் கொள்கை மக்களுக்கு நன்மை தருவது அல்ல. துன்பங்களைத்தான் உண்டாக்குகின்றது. ஒரு சிறு தெய்வம் பல பெயர்களைக் கொண்டிருக்கின்றது. அது ஆடு, மாடு, பன்றி, கோழி, எருமைக் கடா முதலியவற்றைப் பலியாகக் கொள்கின்றது. இதைக் காணும் போதெல்லாம் நான் மனம் நொந்து உடல் நடுங்குகின்றேன். மக்களுக்குத் துன்பத்தைத் தருகின்ற இந்தச் சிறுதெய்வக் கோயில்களைக் காணும் போதெல்லாம் நான் அஞ்சுகிறேன்! என்று கூறுகின்றார்.

நலிதரு சிறிய தெய்வம்ஒன்று ஐயோ,

நாட்டிலே பலபெயர் நாட்டிப்
பலிதர ஆடு, பன்றி, குக் கிடங்கள்,
பலிகடா முதலிய உயிரைப்,
பொலிவுறக் கொண்டே போகவும் கண்டே
புந்திநொந்து உளம்நடுக் குற்றேன்;
கலியுறு சிறிய தெய்வவெம் கோயில்
கண்டகா லத்தினும் பயந்தேன்.

இதுவே அப்பாடல்.

ஆகவே மக்களின் பழைய மூடத்தனத்தின் சின்னமாகிய சிறுதெய்வக் கொண்டாட்டங்கள் ஒழிக்கப்பட வேண்டியது அவசியம்; நாகரிக மக்கள் வாழும் உலகத்தில் இன்னும் அநாகரிகமான தெய்வங்களை வைத்துக் கொண்டிருப்பதும், அவைகளுக்குப் பலியிடுவதும் மனித சமூகத்திற்கே அவமானம், என்பதே வடலூரார் கருத்தாகும். இக் கருத்து உலக அறிஞர்கள் அனைவரும் ஒப்புக்கொண்ட ஒப்புக் கொள்ளும் உண்மை யாகும்.

வடலூரார் கருத்து இன்று முழுவதும் நிறைவேறா விட்டாலும், தெய்வங்களின் பெயரால் பலியிடுவது தவறு என்ற கருத்து நிறைவேறிவிட்டது. அரசாங்கச் சட்டம் தெய்வங்களுக்கு உயிர்ப்பலியிடுவதைத் தடுக்கின்றது. பல தெய்வ வணக்கமும் நாளடைவில் ஒழிந்து போகலாம் என்பது உறுதி.

29. இம்மையும் மறுமையும்

இந்த உலகத்தில் இன்பமில்லை; வேறு எங்கோ ஒரு உலகத்தில்தான் இன்பம் ஊற்றெடுத்து ஓடுகின்றது; இங்குள்ள மக்கள் யாராயினும் இந்த உடலோடு அந்த உலகத்தை அடைய முடியாது; இறந்த பிறகுதான் அவ்வுலகம் சென்று, அந்த இன்பத்தை அடையமுடியும்; ஆதலால் அதற்கான காரியங்களை அனைவரும் செய்யவேண்டும் என்று கூறுபவர்களின் கூற்றுக்களைப் பகுத்தறிவுவாதிகள் ஒத்துக்கொள்ளுவதில்லை.

செத்த பிறகு சிவலோகம் வைகுந்தம்
சேர்ந்திட லாம்என்று எண்ணி யிருப்பவர்
பித்த மனிதர், அவர்சொல்லும் சாத்திரம்
பேய் உரையாம், என்றுஇங்கு ஊதேடா சங்கம்

என்று சங்கநாதம் செய்கிறார் பாரதியார். செத்த பிறகு சிவலோகம் சேர்வோம்; வைகுந்தம் சேர்வோம் என்று எண்ணியிருப்பவர்கள், இவ்வெண்ணங் காரணமாக இவ்வுலகில் செய்ய வேண்டிய காரியங்களைச் செய்யாமல் புறக்கணிப்பவர்கள் பைத்தியக்காரர்கள்; தங்கள் செய்கைதான் சரி, தங்கள் எண்ணந் தான் சரி என்பதற்காக அவர்கள் காட்டும் சாத்திரங்கள் அறிவு டையவர்களால் எழுதப்பட்டவையல்ல. அவைகள் மக்களுக்குத் தீங்கு செய்ய எண்ணிய பேய்கள் கூறிய மொழிகள் என்று விளக்கமாகக் கூறிச் சென்றார் பாரதியார்.

ஆகவே, இம்மையின்பம், மறுமையின்பம் இரண்டும் இவ்வுலகில் உள்ளவைகள்தாம் என்பதை அறிவுடையவர்கள் மறுக்கமாட்டார்கள். இந்த நம்பிக்கையுடன் மக்கள் தங்கள் வாழ்க்கையை நடத்த முன்வருவார்களானால் எல்லா மக்களும் இன்புறுவதற்கு வழியுண்டு.

இரண்டின்பமும் இவ்வுலகிலே உள்ளவைகள்தாம்; அவைகள் இன்னின்னவை; அவைகளை அடையும் வழியும், முறையும் இவையிவை என்பதை வடலூரார் பாரதியாருக்கு முன்பே விளக்கமாகக் கூறியுள்ளார். அவர் கூறியுள்ள இம்மையின்பம் மறுமையின்பம் இரண்டையும் பாருங்கள்.

நல்ல உடம்பையும், பழுதற்ற அவயங்களையும் பெற்றிருக்க வேண்டும்; போதுமான அளவுக்கு எல்லாச் செல்வங்களையும் எய்த வேண்டும்: நன்மை தீமையைக் கண்டறியும் பகுத்தறிவு வேண்டும்; பசியினால் வாடுதல், பிணியினால் நலிவுறுதல், கொலையினால் பிறர்க்குத் தீங்கு செய்தல் கூடாது; இவைகள் வாழ்க்கையின்பத்திற்குத் தடை விளைவிப்பவை. உறவினர், நண்பர், அயலார் என்ற வேறுபாடின்றி எல்லோருடனும் ஒன்றாகக் கலந்து உறவாட வேண்டும். மனைவியுடனும் கூடிப் புத்தரப்பேறு பெற்று இன்புற வேண்டும். இவ்வாறு வாழ்வது இம்மையின்ப வாழ்வாகும்.

இவர்கள் அன்பு, தயை ஒழுக்கம், அடக்கம், பொறுமை, உண்மை, பரிசுத்தம் முதலிய நல்ல குணங்களை மேற்கொள்ள வேண்டும். முயற்சியனால் மேலே கண்ட இன்பங்களைப் பெற்றுப் புகழுடன் வாழவேண்டும். இதுவே இன்பத்தின் பயன், இதனை வள்ளலார் வாசகத்தால் காணுங்கள்.

இம்மையின்பமாவது: மனிதப் பிறப்பில் தேகத்திலும் கரணங்களிலும், புவனத்திலும் போகங்களிலும் குறைவின்றி

நல்லறிவுடையவர்களாய், பசி, பிணி, கொலை முதலிய தடைகள் இல்லாமல் உறவினர் சிநேகிதர் அயலார் முதலியோரும் தழுவ, சந்ததி விளங்கத்தக்க சற்குணமுள்ள மனைவியோடு விடயங்களைச் சில நாள் அனுபவிக்கின்றதை இம்மையின்ப லாபம் என்று அறியவேண்டும்.

இம்மையின்பத்தை அடைந்தவர் பெருமை எதுவென்று அறியவேண்டில், அன்பு, தயை, ஒழுக்கம், அடக்கம், பொறுமை, வாய்மை, தூய்மை முதலிய சுப குணங்களைப் பெற்று, விடய இன்பங்களை வருந்தி முயன்று அனுபவித்துப் புகழ்பட வாழ்தல் என்று அறியவேண்டும்.

இது வள்ளலார் கூறிய வசனம். இதன்மூலம் இம்மை யின்பம் இன்னதென்று தெளியலாம் மறுமையின்பத்தைப் பற்றி அவர் கூறியிருப்பதையும் காண்போம்.

சிலகாலம் மாத்திரம் இன்பத்தை அனுபவிப்பது இம்மை யின்பம் பெருமுயற்சியால், பெரிய காரியங்களைச் சாதிப்பது; அப்பெரிய காரியங்களைச் செய்வதன்மூலம் இன்புறுவது; பிறரையும் இன்புறச்செய்வது. இதுவே இன்பமாகும்.

இம்மையின்பம் என்ற சொல்லப்பட்டவைகள் என்றும் நிலைத்திருக்கும் படி செய்யவேண்டும். இம்மை யின்பத்திற்குத் தடையாக இருப்பவைகளையெல்லாம் ஒழிக்க வேண்டும். மாறுபடாத நல்ல குணத்திலே நிலைத்து நீடித்த புகழ் பெற வேண்டும்.

மறுமை யின்பமாவது யாதெனில்: உயர் பிறப்பில் பெரிய தேக கரணங்களைப் பெற்று, பெரிய முயற்சியால் பெரிய விஷயங்களைப் பல நாள் அனுபவிக்கின்ற இன்பத்தை மறுமையின்ப வாழ்வென்று அறியவேண்டும்.

மறுமையின்ப லாபம் எதுவெனில், உயர் பிறப்பைப் பெற்று இம்மையின்ப லாபத்தில் குறிக்கப்பட்ட நற்குணங்கள் எல்லாம் பொருந்த உயர்நிலையில் சுத்த விடயங்களைப் பல நாள் அனுபவிக்கின்ற இன்ப லாபத்தை மறுமையின்ப லாபம் என்று அறியவேண்டும்.

மறுமையின்ப லாபத்தை அடைந்தவர் பெருமையாதென்று அறியவேண்டில், அன்பு, தயை முதலிய சுப குணங்களைப் பெற்றுச் சுத்த விடய இன்பங்களை, எண்ணிய படி தடை படாமல் முயன்று பல நாள் அனுபவித்துப் புகழ்பட வாழ்தல் என்று அறியவேண்டும் என்று வள்ளலார் மறுமையின்பத்தைப் பற்றி விளக்கியிருக் கின்றார்.

அகத்தே கறுத்துப் புறத்துவெளுத்து
இருந்த உலகர் அனைவரையும்
சகத்தே திருத்திச் சன்மார்க்க
சங்கத்து அடைவித் திடஅவரும்
இகத்தே பரத்தைப் பெற்றுமகிழ்ந்
திடுதற் கென்றே எனையிந்
யுகத்தே இறைவன் வருவிக்க
உற்றேன் அருளைப் பெற்றேனே

என்ற செய்யுளும் குறிப்பிடத்தக்கது. இகத்திலே பரத்தைப் பெறமுடியும்; இம்மையிலே எல்லா உயர்வையும் அடைய முடியும்; என்ற உண்மையை இப்பாடல் உணர்த்தி நிற்கின்றது.

மேலே கூறியவற்றால் இம்மை மறுமை என்பன இரண்டும் இவ்வுலகில் உள்ளவைகளே என்பதை அறியலாம்.

30. சுரர், அசுரர், மனிதர்

சுரர் என்பவர்கள் ஓர் இனத்தினர்; அசுரர்கள் என்பவர்கள் வேறு இனத்தினர்; மனிதர்கள் வேறு இனத்தினர் என்று கதைகளில் படிக்கின்றோம்.

சுரர் என்பவர்கள் தேவர்கள். அவர்கள் வாழ்வதற்குத் தனி உலகம் உண்டு; அவர்கள் நியாய வழி நடப்பவர்கள். மக்களிலே புண்ணியம் செய்தவர்கள்தான் தேவர்களாகப் பிறக்க முடியும். தேவர்கள் அதாவது சுரர்கள் வாழும் உலகம் தேவலோகம். அங்கே எல்லாச் செல்வங்களும் உண்டு. தேவர்களுக்கு அரசன் தேவேந்திரன்.

அசுரர்கள் என்பவர்கள் தேவர்களுக்கு அதாவது சுரர்களுக்குப் பங்காளிகள்; இவர்கள் அக்கிரமக்காரர்கள்; தேவர்களைத் துன்புறுத்தி அவர்களின் செல்வங்களைப் பறித்துக் கொள்ளுபவர்கள்; பல சமயங்களில் தேவலோகத்தைக் கைப்பற்றினர்; தேவ மாதர்களை வசப்படுத்திக் கொண்டனர் என்று கதைகள் கூறப்படுகின்றன. இவர்களைப் போன்றவர்களே அசுரர்கள் அதாவது இராட்சதர்கள் என்பவர்களும்.

ஆனால், இக்கதைகள் போதிக்கும் உண்மைகளை உணர்ந்தவர்கள், தேவர்கள் என்ற ஒரு தனியினமோ, அரக்கர்கள் அல்லது அசுரர்கள் என்ற ஒரு தனியினமோ இல்லையென் பதைக் காண்பார்கள்.

தற்பெருமை பாராட்டித் தந்நலத்துக்காகவே பாடுபவர்களை அசுரர்களாக உருவகம் செய்யப்பட்டிருக்கிறது. மற்றவர் களைத் தமக்கு அடிமையாக்கி அவர்கள் உழைப்பைக் கொள்ளை கொள்ளுகின்றவர்களை அசுரர்களாகக் கூறப் பட்டிருக்கிறது. மற்றவர்கள் வருந்தி பாடுபட்டுச் சேர்த்து வைத்திருக்கும் செல்வங்களை முரட்டுத்தனமாகப் பறித்துக் கொள்ளுகின்றவர்களை அரக்கர்களாக உருவகம் செய்யப் பட்டிருக்கிறது.

அசுரர்களைப் பற்றியோ, அரக்கர்களைப் பற்றியோ எழுதப்பட்டிருக்கும் கதைகளைப் பாருங்கள்! அவர்கள் கட்டுப்பாடற்ற வாழ்க்கையுடையவர்கள்; மற்றவன் மனைவி அழகாயிருந்தால் அவளை வலியத் தூக்கிக் கொண்டு போய் விடுவார்கள்; புலன் அடக்கம் அற்றவர்கள்; குடிகாரர்கள்; ஒழுக்கமில்லாதவர்கள், ஒழுக்கமுள்ளவர்களைத் தங்கள் விரோதிகளாகக் கருதுபவர்கள்; தம் விருப்பபடியே சர்வாதிகாரம் செலுத்துவதில் ஆர்வம் உடையவர்கள்; அவர்களிடையிலே தோன்றிய அரக்கர்கள் சர்வாதிகாரிகள்; குடிகளைக் காப்பாற்றுவது அரசன் கடமை என்பதை மறந்து அரசனுடைய தனிப்பட்ட சுக வாழ்க்காகவே குடிகள் எல்லோரும் உழைக்க வேண்டும் என்ற கொள்கையை உடையவர்கள்.

இந்த அசுரர்களும் அரக்கர்களும், தம்முடைய சுயநலத் திற்காக எதுவும் செய்வார்கள்; கொலை செய்யப் பின்வாங்க மாட்டார்கள்; திருட்டைத் தாராளமாகக் கையாளுவார்கள்; வஞ்சனை செய்வதில் தலைசிறந்து நிற்பார்கள்; இரக்கம் என்பது எள்ளத்தனையும் இல்லாதவர்கள்; வறண்ட உள்ளம் படைத்தவர்கள்.

இத்தகையவர்களைத்தான் அரக்கர்கள், அசுரர்கள் என்று புனைந்து கூறியிருக்கின்றனர். இப்படிப்பட்டவர்கள் மனித இனத்திலேயே கலந்து கிடப்பதைக் காண்கிறோம்.

தேவர்களைப் பற்றிக் கூறும் கதைகளைக் கவனிப்போர் எத்தகைய குணமுடையவர்கள் தேவர்கள் என்பதைத் தெரிந்து கொள்ளலாம். அவர்களைப் பற்றி என்ன சொல்லப்பட்டிருக்கிறது என்பதைக் கவனிப்போம்.

பகுத்தறிவுடன் நடந்து கொள்ளுபவர்கள் தேவர்கள். தெய்வம் என்பதற்கு அறிவுடைமை என்பது பொருள்; அறிவை யுடையவர்கள் தேவர்கள். தேவர் அனையர் புலவரும் என்பது நீதிநூல். அறிவுடையவர்கள் தேவரைப் போன்றவர்கள் என்பதே இதன் பொருள்.

தேவர்கள் மற்றவர்களுக்கு உதவி செய்பவர்கள்; தம்மைப் போலவே பிறரும் இன்புற்று வாழ வேண்டும் என்று நினைப் பவர்கள்; பிறருக்கு நேரும் துன்பத்தைத் தொலைக்க முன்வருபவர்கள்; நாடு செழிக்க வேண்டும், நாட்டில் வாழும் மக்கள் எல்லோரும் மகிழ்ந்து வாழ வேண்டும் என்னும் நாட்ட முள்ளவர்கள்.

கதைகளிலே, புராணங்களிலே கற்பனை செய்யப்பட்டிருக்கும் தேவர்களிடம் இச் சிறந்த குணங்களைக் காணலாம். இச் சிறந்த நோக்கமுள்ளவர்களையும், செய்கையுள்ளவர் களையும் மக்கட் சமூகத்திலே பார்க்கின்றோம்.

குற்றமற்ற அறிவுடைய மக்களை அகில உலகமும் கொண்டாடுகிறது; அவர்களிடம் மக்கள் அன்பு செலுத்து கின்றனர்; அவர்களை வணங்கவும் செய்கின்றனர். இவர்கள் மக்களில் உயர்ந்தவர்களாகக் கருதப்படுகின்றனர்; இந்த உயர்ந்த தன்மையுடையவர்களையே உம்பர் என்று அழைத்தனர்; வானவர் என்றும் வழங்கினர்.

இவ்வுண்மையை வள்ளலார் விளக்கமாகக் கூறியுள்ளார். அவர் தரும் விளக்கத்தைப் பாருங்கள்.

சுரர், அசுரர் என்பதற்குப் பொருள்:

சுரர் என்பது அறிவுடைய ஜீவர்கள் என்பது முதல் வாசனாதி வதுக்கள் எல்லாம் சுரர்.

அகங்காரி முதல் துர்க்கந்த வதுக்களெல்லாம் பூமிக்குள் தோன்றும் கந்தமூலம், அழுக்குடைய வது, இவைகள் அசுரர்.

அறிவுடையவர்களையும், மக்களுக்கு நன்மை தரும் நல்ல பண்டங்களையும் சுரர்கள் அதாவது தேவர்கள் என்று வள்ளலாரின் இந்த வாசகங்கள் குறிப்பிடுகின்றன.

அகங்காரிகளான அறிவிலிகளையும், மனிதர்க்குத் தீங்கு தரும் பண்டங்களையும், ஆபாசப் பொருள்களையும் அசுரர்கள் என்று குறிப்பிடுகின்றன.

இதைப்போலவே தேவர்கள் வேறல்லர், மனிதர்கள் வேறல்லர் என்பதையும் குறிப்பிட்டுள்ளார்.

மேலும் அறிவின் உயர்ச்சி தாழ்ச்சியால் தேவர் என்றும், மனிதர் என்றும் சொல்லப்பட்டதே தவிர வேறு எந்தக் காரணத் தாலும் அல்ல.

மலம் கழிந்து உலகவர் வானவர் ஆயினர்
வலம்பெறு சுத்தசன் மார்க்கம் சிறந்தது;
பலம்பெறு மனிதர்கள் பண்புளர் ஆயினர்;
நலம்பெறும் அருட்பெறும் சோதியா நண்ணவே.

இவைகள் தேவர்கள் யார், மனிதர்கள் யார் என்பதை விளக்குகின்ற வள்ளலார் வாய்மொழி.

ஆகவே, அசுரர் அல்லது அரக்கர்; தேவர் அல்லது சுரர்; மக்கள்; இவர்கள் தனித்தனி இனத்தினர் அல்லர்; தனித்தனி உலகில் வசிப்பவர்களும் அல்லர்; எல்லோரும் மனித சமூகத்தைச் சேர்ந்தவர்கள்தாம்.

அக்கிரமத்திலே தலைநின்று அகங்காரிகளாகத் திரிவோர் அரக்கர்கள்; அசுரர்கள்.

தந்நலமற்று, அறிவுடையவர்களாய், பிறர்நலங் கருதி வாழ்வோர் தேவர்கள்.

இரண்டுமின்றிச் சாதாரணமாக வாழும் மக்கள் மனிதர்கள்.

மனிதர்களே குணத்திலும் தேவர்களாக வாழ்கின்றனர்; அரக்கர் அசுரர்களாகவும் வாழ்கின்றனர். இவ்வுண்மையை அறிந்து எல்லோரும் அமரர்களாய், அன்புடையவர்களாய், அறிவுடையவர்களாய் வாழவேண்டும்.

இந்த உண்மையை உணராதவர்களே தேவர்கள் வேறு அசுரர்கள் வேறு, மனிதர்கள் வேறு; இவர்கள் தனித்தனி இனத்தவர் என்று நினைக்கின்றனர். இன்று மனிதர்களிலே ஒரு சிலர், தங்களே அரக்கர் இனம் என்று சொல்லிக் கொள்வதிலே பெருமைப்படுகின்றனர். இது வெறுப்பினாலும் அறியாமையாலும் தோன்றும் பேச்சாகும். இத்தகைய மனிதர்கள் வடலூரார் வாழ்ந்த காலத்திலும் இருந்தனர் போலும். ஆதலால் தான் அவர் இதைப் பற்றியும் கூறினார் என்று கொள்ள வேண்டும்.

31. ஆண், பெண் சமத்துவம்

இப்பொழுது பெண்கள் சமுதாயம் வீறுகொண்டு எழுந்து விட்டது. தங்கள் உரிமையை அவர்கள் உணர்ந்து விட்டனர். பட்டங்கள் ஆள்வதும் சட்டங்கள் செய்வதும் பாரினில் பெண்கள் நடத்த வந்தோம் என்று முழங்குகின்றனர். ஆண்களோடு பெண்களும் சரிநிகர் சமானமாக வாழ்வமிந்த நாட்டிலே! என்று ஆர்வத்தோடு பாடுகின்றனர்.

பெண்களை வற்புறுத்திக் கட்டிக் கொடுக்கும் வழக்கத்தைத் தள்ளி மிதித்திடுவோம் என்பது இன்றைய பெண்ணுலகப் பேச்சு. வீட்டுக்குள்ளே பெண்ணைப் பூட்டி வைப்போம் என்பவர்கள் விந்தையான மனிதர்களாகி விட்டனர். அவர்களுக்கு இந்த நாட்டிலே வேலை இல்லை.

கற்பு, கற்பென்று சொல்ல வந்தார் இரு கட்சிக்கும் அஃது பொதுவில் வைப்போம் என்றார் பாரதியார். கற்பென்னும் திண்மை என்றார் திருவள்ளுவர். கற்பு என்றால் கற்றுக் கொள்ளுதல் என்றே பொருள். உலக ஞானத்தை, குடும்பக் கலையை, அரசியல் சமூக பொருளாதாரக் கலைகளைக் கற்றுக் கொள்ளாத பெண்கள் எப்படித் திறமையுடன் ஆண்களின் மாய்மால மொழிகளில் மயங்காமல் வாழமுடியும்?

பெண்களின் குணம், மனம், செயல்கள் வேறு; ஆண்களின் குணம், மனம் செயல்கள் வேறு என்பர். இதுவும் கலைக்கு நிற்காத வாதம்.

இளகிய மனம்; அன்பில் மாறாதிருப்பது; துன்பங்களைப் பொறுமையுடன் சகித்துக் கொள்வது அவசரமற்ற தன்மை இவைகளையெல்லாம் பெண் தன்மையென்று கூறலாம்.

கல் நெஞ்சம், காரியம் முடியும் வரையிலும் அன்பு காட்டுவது, துன்பங்களைத் தாங்க முடியாமல் சீறி விழுதல், எதிலும் ஆத்திரமும் அவசரமும் கொள்ளுதல் இவைகளை ஆண் தன்மையென்று கூறலாம்.

இத்தகைய குணங்கள் பெண்களிடமும் உண்டு; ஆண்களிடமும் உண்டு. ஒருவருடைய குணம், மனப்பான்மை, நடத்தை இவைகளுக்குக் காரணம் அவர்களின் தொட்டில் பழக்கந்தான் இளமையிலிருந்து, அதாவது, குழந்தைப் பருவத்திலிருந்து பழகும் சுற்றுச் சார்பே ஒருவருடைய குணத்தையும், மனப்பான்மையையும், நடத்தையையும், உருவாக்குவது.

இவ்வுண்மையைக் கொண்டு பார்த்தால், ஒவ்வொரு ஆணிடமும் ஆண் தன்மையும் உண்டு; பெண் தன்மையும் உண்டு. ஒவ்வொரு பெண்ணிடமும் பெண் தன்மையும் உண்டு; ஆண் தன்மையும் உண்டு. இதை உணர்ந்தவர்கள் பெண் ஆண்பேதம் பாராட்ட மாட்டார்கள். பெண்கள் உரிமை வேறு; கடமை வேறு. ஆண்கள் உரிமை வேறு; கடமை வேறு; என்று வழக்கிட மாட்டார்கள்.

ஆணும் பெண்ணும் ஒன்றே என்பதைப் பற்றி வள்ளலார் கூறும் உண்மைகள் மிகச் சிறந்தவை.

பெண்ணினுள் ஆணும் ஆணினுள் பெண்ணும்
அண்ணுற வகுத்த அருட்பெரும் சோதி!

பெண்ணுருவத்தில் ஆண்தன்மைகளும், ஆண் உருவத்துள் பெண் தன்மைகளும் ஒன்றுபட்டிருக்கும் படி செய்த அருட் பெரும் சோதியே !

பெண்ணியல் மனமும் ஆண்இயல் அறிவும்
அண்ணுற வகுத்த அருட்பெரும் சோதி!

ஆண் பெண் இருபாலாரிடமும், பெண் தன்மையான இளகிய மனமும், ஆண் தன்மையான தெளிந்த உறுதியான அறிவும் ஒன்றுபட்டிருக்கும்படி செய்த அருட்பெரும் சோதியே!

தனித்தனி வடிவனும் தக்கஆண் பெண்செயல்
அனைத்துற வகுத்த அருட்பெரும் சோதி!

ஒவ்வொரு ஆண் பெண்களிடமும் சிறந்த ஆண்தன்மைகள், பெண்தன்மைகள் அனைத்தும் அமைந்திருக்கும்படி செய்த அருட்பெரும் சோதியே !

இவ்வாறு, ஆண் பெண்கள் இருவரிடமும், இது தன்மையான குணங்களும் உண்டென்று கூறுகின்றார். இதனால் இருபாலாரும் சமத்துவமுடன் வாழத் தகுதியுடையவர்கள் என்பதே வள்ளலார் உள்ளம். ஆகையால்,

பாடகக்கால் மடந்தையரும் மைந்தரும் சன்மார்க்கப்
பயன்பெற நல்அருள் அளித்தபரம் பரனே

என்று புகல்கின்றார். பெண்களும் ஆண்களும் சன்மார்க்கத்தில் தொண்டாற்றிப் பயன்பெறத்தக்க தகுதியுடையவர்கள்.

பெண்களுக்கு யோகம் முதலிய சாதனங்கள் அவசியம் கற்பிக்க வேண்டியது. மேலும், பேதமற்று, அபேதமாய்ப் படிப்பு முதலியவையும் சொல்லிக் கொடுக்க வேண்டியது.

இது வள்ளலாரின் வாய்மொழி. பெண்களுக்கு உடல் உறுதி வேண்டும். இதற்கு யோகப் பயிற்சி, தேகப் பயிற்சி முதலியன வேண்டும். பெண்கல்வி, ஆண்கல்வி என்ற பிரிவினை யின்றிப் பொதுக்கல்வி பயிலவேண்டும். இருவரும் கூட்டுக்கல்வி பயில்வதே சிறிந்தது.

இந்த முறையைப் பின்பற்றினால் ஆண் பெண் சமத்துவம் வளரும். சாதி, மத, வகுப்பு, வெறிகளும் ஒழியும், ஆண் பெண் அனைவரும் சன்மார்க்கர்களாய் இணைந்து வாழ்வர்.

32. விதவை மணம்

விதவா விவாகம் தமிழ்நாட்டிற்குப் புதிதல்ல. வழிவழியாகச் சில வகுப்பாரிடையில் இன்னும் நடந்து வருகிறது. நாகரிகம் என்று கருதிச் சில வகுப்பினர் இவ்வழக்கத்தை விட்டு விட்டனர்.

விதவா விவாகம் சாதிர விரோதம்; சமய விரோதம்; சாதி வழக்கத்திற்கு மாறானது என்று கருதியிருந்த வகுப்பினர்கள் கூட இன்று இதைச் செய்ய முன் வந்து விட்டனர்.

சாதாரண பகுத்தறிவுடைய எவரும் விதவா விவாகத்தைத் தடுக்க முன்வர மாட்டார்கள். ஆணும் பெண்ணும் சமமானவர்கள்; இருவருக்கும் சம உரிமை உண்டு; ஆற்றலிலும் அறிவிலும் இருவர்களும் ஒத்தவர்கள்தாம் என்பதை ஒப்புக் கொள்ளும் எவரும் விதவா விவாகத்தை மறுக்க மாட்டார்கள்.

தமிழ்நாட்டைப் பொறுத்த வரையிலும், வழக்கத்திலும் விதவா விவாகம் நடைபெற்றது. சாத்திரமும் சமயமும் இதைத் தடுக்கவில்லை. இதற்கு அதிக உதாரணம் தேவையில்லை. சைவ சமய ஆசாரியர்களில் ஒருவராகிய சுந்தரமூர்த்தி நாயனாரின் சரிதமே போதும்.

தகுமகட் பேசினோன் வீயவே நூல்போன சங்கிலிபால்

புகுமணக் காதலினால்

என்று திருத்தொண்டர் திருவந்தாதி கூறுகின்றது. சங்கிலியார் விதவை. அவர்மீது காதல்கொண்டு மணந்தார் சுந்தரர்.

ஒரு பெண்ணை ஒருவனுக்கு மணம் பேசி முடித்து விட்டால் போதும்; திருமணம் முடிந்துவிட்டதாகவே கொள்வது பண்டைய வழக்கம். சங்கிலியாருக்கு முதலில் மணம் பேசி முடிந்திருந்தது. அந்த மணமகன் மாண்டு விட்டான். சாத்திரப்படி - வழக்கப்படி அவர் விதவை; மஞ்சள் நூல் இழந்திருந்திருந்தார். விதவைக் கோலத்திலிருந்தார். அவரை மணம் புரிந்தார் சுந்தரர்.

பெண்ணடிமை புகுந்த பின் விதவா விவாகம் குறைந்தது. தாழ்த்தப்பட்ட வகுப்பினரிடையில் மட்டும் அது நடை பெற்றது. தங்களை உயர்வகுப்பினராகக் கருதிக் கொண்டிருந்தவர்கள் இவ்வழக்கத்தைக் கைவிட்டு விட்டனர்.

விதவைகள் வாலிப விதவைகள் அனைவரும் தங்கள் மனத்தைக் கட்டுப்படுத்திக் கொள்ள முடியுமா? இயற்கை உணர்ச்சி அவர்களை விட்டுவிடுமா? ஆகையால் அவர்களில் பலர் கள்ளத்தனமாக உள்ளத்தின் உணர்ச்சியை அனுபவித்தனர். இதனால் சிசுக் கொலைகளும், கர்ப்பச் சிதைவுகளும் அனாதைக் குழந்தைகளும் தோன்றத் தொடங்கின.

உடன்கட்டை ஏறும் வழக்கம் பண்டைத் தமிழ் நாட்டிலும் உண்டு. உண்மையிலேயே காதலன் பிரிவுக்கு ஆற்றாமல் கணவனுடன் சேர்ந்து மடிவது உடன்கட்டை ஏறுதல். இது பெண்கள் தாமாகவே மனம் விரும்பிச் செய்யும் செயல். இது நாளடைவில் மாறி, உயிர் விடச் சம்மதிக்காத பெண்களையும், பலவந்தமாகப் பிடித்துக், கணவனுடன் சேர்த்து வைத்துக் கொளுத்தத் தொடங்கினர். இந்தக் கொடுமை வடநாட்டில் அதிகமாக நடைபெற்றது.

உடன்கட்டை ஏறும் வழக்கம் இம்மாதிரி உடன்கட்டை ஏற்றும் வழக்கமாக மாறியதற்குக் காரணம் விதவா விவாகம் கைவிடப்பட்டதுதான்.

உடன்கட்டை ஏற்றும் கொடுமையைச் சட்டத்தின் மூலம் ஒழித்தவர் காலஞ்சென்ற ராஜாராம் மோகன்ராய் என்பதை உலகம் அறியும். வைதீகக் குடும்பத்திலே பிறந்த அவர் சிறந்த சீர்திருத்தவாதியாக விளங்கினார். விதவா விவாகத்தை அவர் ஆதரித்தார். அவருக்குப் பின் பொதுவாகவே இந்தியா முழுவதும் விதவா விவாகத்திற்கு ஆதரவு தோன்றியது.

நமது நாட்டில் சமூகச் சீர்திருத்தத் துறையில் உழைத்த பெரியார்கள் பலர் உள்ளனர். அவர்களில் விதவா விவாகத்தை அஞ்சாமல் ஆதரித்த அறிவாளிகள் ஒரு சிலரே.

தமிழ்நாட்டில் ஜி. சுப்பிரமண்ய அய்யரே முதலில் விதவா விவாகத்தை ஆதரித்தார். இவர் பாலியத்தில் விதவையாய் போன தமது மகளுக்குப் பம்பாய்க் காங்கிரஸ் மகாநாட்டில் தேசத் தலைவர்கள் முன்னிலையில் மறுமணம் செய்வித்தார். இதன்மூலம் இவருக்கு ஏற்பட்ட தொல்லைகள் பல. அவர் சமூகத்தார் அவரை எதிர்த்தனர்; குறை கூறினர். சமூகத்திலிருந்து விலக்குவதாகப் பயமுறுத்தினர். ஒன்றுக்கும் அஞ்சாமல் உறுதியாக நின்று விதவா விவாகத்தை ஆதரித்தார். இவர்தான் ஹிந்து, சுதேசமித்திரன் பத்திரிகைகளை முதன் முதலில் தொடங்கியவர்.

தெலுங்கு நாட்டில் வீரேசலிங்கம் பந்துலு விதவா விவாகத்தை ஆதரித்தார். பல விதவை மணங்களைச் செய்து வைத்தார். இன்றும் வீரேசலிங்கம் பந்துலு என்றால் சீர்திருத்த வாதிகளான தெலுங்கர்கள் தலைவணங்கி மரியாதை செய்கின்றனர்.

வங்காளத்தில் ஈவர சந்திர வித்தியாசாகரர் பெரிய சீர் திருத்தக்காரர். சிறந்த வடமொழி வல்லுநர். கல்வி இலாகாவில் உயர்தர உத்தியோகம் தாங்கியவர். இவர் விதவா விவாகத்தை ஆதரித்து உழைத்தார்.

பாஞ்சால மாகாணத்தில் லாலா கங்கா ராம் என்பவர் விதவா விவாகத்தை நாடெங்கும் பரப்புவதற்காகவே உயிர் வாழ்ந்தார். ஆயுள் முழுவதும் உழைத்தார். அவருடைய சொத்து முழுவதையும் இந்த இயக்கத்திற்காகவே கொடுத்தார். இவருடைய சொத்தின் உதவியினாலேயே பல மாகாணங்களில் விதவா விவாக விடுதிகள் நடைபெற்று வருகின்றன.

மகாஷ்டிரத்தில் மகாதேவ கோவிந்த ரானடே இந்த இயக்கத்தில் ஈடுபட்டுழைத்தார். இவர் உயர்தர நீதிபதியாக இருந்தவர்.

காலஞ்சென்ற பெரியார்களான ராஜாராம் மோகன் ராய், ஜி. சுப்பிரமணிய அய்யர், வீரேசலிங்கம் பந்துலு, ஈவர சந்திர வித்தியாசாகரர், லாலா கங்காராம், மகாதேவ கோவிந்த ரானடே ஆகியவர்கள் சரித்திரப் பிரசித்தி பெற்று விட்டனர். இந்திய சரித்திரத்தில் இவர்கள் பெயர் அழுத்தமாகப் பதிக்கப் பெற்று விட்டன.

ஏறக்குறைய இவர்கள் காலத்தில் தமிழ்நாட்டில் வாழ்ந்தவர்தான் வடலூர் வள்ளலார். இவரும் விதவா விவாகத்தை ஆதரித்துள்ளார். ஆனால், சீர்த்திருத்தவாதிகள் இவர் பெயரைக் குறிப்பிடுவதில்லை. காரணம் வள்ளலாரின் கருத்துக்களைச் சீர்திருத்தவாதிகள் அறியாதிருப்பதுதான்.

கைமையைத் தவிர்த்து மங்கலம் அளித்த கருணையே!

இது வடலூரார் வாக்கு. கைமையாவதை அதாவது விதவையாவதை ஒழித்து, மங்கலத்தைக் கொடுத்த இரக்கமே! என்று கூறுகிறார்.

கணவன் இறந்தபின் பெண்களுக்குத் தாலி வாங்கக் கூடாது என்று குறிப்பிடுகிறார். விதவைக் கோலம் செய்வதையே தடுக்கிறார் வள்ளலார்.

தமிழ்நாட்டில் தமிழர் மரபில் தோன்றிய, உயர்ந்த சீர் திருத்தக்காரராகிய வடலூராரின் இத்தகைய சிறந்த கருத்தை நாடறியச் செய்வது உலகம் அறியச் செய்வது வள்ளலார் அன்பர்களின் கடமையல்லவா?

33. மதுவிலக்கு

மதுவைப் பற்றிக் கூறாத பண்டை இலக்கியங்கள் எதையும் காணமுடியாது. பண்டை நாட்களில் நாகரிகம் முற்றும் முதிர்ச்சி பெறாத காலத்தில் பெரும்பாலான மக்கள் மதுபானத்தைப் பாவம் என்று கருதியதில்லை. உலகின்பம் நுகர வசதியுள்ள எல்லா மக்களும் மதுவருந்தி வந்தனர்.

களிப்பு என்னும் சொல் கள்ளிலிருந்து பிறந்தது. கள் இல்லா விட்டால் களிப்பு எனும் சொல் இலக்கியங்களையெல்லாம் ஆட்கொண்டிருப்பதைப் பார்த்தாலே, கள்ளரக்கன் தமிழர் சமூகத்தை எவ்வளவு தூரம் அடக்கி ஆண்டான் என்பதைத் தெரிந்து கொள்ளலாம்.

புத்தர் சமணர் காலத்திற்குப் பிறகுதான் கள்ளுண்டல் பாவம் என்ற நிலைமை ஏற்பட்டது. புத்தர் சமணர் காலத்திற்கு முன்புள்ள நம்நாட்டு இலக்கியங்களில் மதுவருந்துதல் பாவம், சமூகத் துரோகம். இழிந்த குணம் என்று கூறப்படவே இல்லை. இதற்கு மாறாக, சுப, அசுப காலங்களில் மதுவருந்தி மகிழ்ந்ததாகவே காணப்படுகின்றது.

தமிழ் இலக்கிய ஆசிரியர்களில் முதல் முதலில் மது விலக்குப் பிரசாரத்தைத் தொடங்கியவர் திருவள்ளுவர் தான். திருக்குறளுக்கு முந்திய எந்த நூலிலும் மதுபானம் கண்டிக்கப் படவேயில்லை.

கட்குடியன் கட்குடிக்காமல், நல்ல புத்தித் தெளிவோடு இருக்கும் சமயத்தில் அவனுக்குக் குடித்திருப்பவனைக்

காட்ட வேண்டும். அப்பொழுது அவன் மனதில் நாம் குடித்திருக்கும் போதும் இப்படித்தான் பொதுமக்களால் அவமானப்படுத்தப் படுவோம் என்ற உண்மை தோன்றும் இதன்மூலம் அவன் குடிக்காமல் திருந்தக்கூடும்.

கள்ளுண்ணாப் போதில் களித்தானைக் காணுங்கால்

உள்ளான்கொல் உண்டதன் சோர்வு

என்று வள்ளுவர் கூறுகிறார்.

இந்தியாவில் மதுவிலக்குப் பிரச்சாரம் புத்த சமண மதத்தினரால் தான் முதல்முதல் தொடங்கப்பட்டது. பிறகு இந்து மதத்தினரும், இந்து மதத்தைச் சேர்ந்த பல பிரிவினரும் மதுவிலக்குக் கொள்கையைப் பின்பற்றினர். இதன் பிறகு முலிம் மதமும் மதுவிலக்கை முதன்மையாகக் கொண்டது.

மதுபான மிகுதியால் நாட்டின் சமூக வாழ்க்கை பாழ்பட்டது. சூதாட்டம், விபசாரம், பொய்யுரைத்தல் முதலியவைகள் மதுவின் அரிய புத்திர பௌத்திரிகள். ஆதலால் அறிஞர்களும் சான்றோர்களும் குடியர்களைக் கண்டாலே அருவருக்கத் தொடங்கினர். இந்த நிலையை வள்ளலார் தெளிவாக எடுத்துக் காட்டுகிறார்.

கள் உணும் கொடியேன்!

கள்ளுண்பவர்கள் கொடுமையானவர்கள். அவர்கள் கள்ளுண்டி ருக்கும்போது எதையும் செய்யத் துணிவார்கள்.

களியரைக் கண்டு பயந்தஎன் பயந்தான்

கடலினும் பெரிதுகண்டாய்

கள்ளுண்டு மயங்கியிருப்பவரைக் கண்டு நான் பயந்த பயத்திற்கு அளவேயில்லை. அந்தப் பயம் கடலைக் காட்டினும் எல்லை காண முடியாதது. கொடுமை செய்வாரைக் கண்டு யார்தான் பயப்பட மாட்டார்கள் ?

கள்ளருந்துதல் சூதாடுதல் காமக் கடைதொறும் மயங்குதல் பொய்யே விள்ளுதல் புரிவார்.

கொடியவர்கள், பழிபாவத்திற்கு அஞ்சாதவர்கள், கள்ளுண்பவர்கள்! அவர்கள் வேசியர்கள் வீட்டு வாசல்கள் தோறும் புகுந்து மயங்கி நிற்பார்கள் ; பொய் பேசுவார்கள் ; இவைகளின் இனங்களும் அவர்களிடம் குடிகொள்ளும்.

கள், சூது, காமம், பொய் இவைகள் எல்லாம் ஒரு வயிற்றுப் பிள்ளைகள்; தோழர்கள். கள்ளுண்போர் மதுபானம் செய்வார் சூதாடுதற்கும் துணிவார்கள். கள்ளும் சூதும் உள்ளவர்கள் காமவெறியர்களாவதிலும் வியப்பில்லை. கள், சூது, காமம் மூன்றும் உள்ளவர்கள். தங்கள் செல்வத்தை இழந்து விடுவார்கள். இவர்களுக்கு எவ்வளவு வருமானம் வந்தாலும் பேதாது. நித்திய தரித்திரர்களாக நிலைகலங்கித் திரிவார்கள். ஆதலால் பொய் சொல்லப் பின்வாங்க மாட்டார்கள். பொய் சொல்லிக் கடன் வாங்குவார்கள். கடனைக் கொடுக்க முடியாமல் திண்டாடுவார்கள்.

மதுபானத்தின் கொடுமையை வடலூரார் நேரில் கண்டறிந்தவர். கட்குடியார்கள் செய்யும் அடாத செயல்களையும், அவர்களுடைய வாழ்வின் அலங்கோலத்தையும் கண்ணால் கண்டறிந்தவர். ஆதலால்தான் கள்ளுண்பதால் உண்டாகும் கொடுமையை தீமையை உள்ளது உள்ளபடி உரைத்திருக்கின்றார்.

மதுபானம் செய்தது, தீமைகளுக்கெல்லாம் அடிகோலும் என்பதே வடலூரார் கருத்து. சமுதாயம் மேன்மை பெற மக்களிடையே சன்மார்க்கம் வளர்ந்தோங்க மதுவிலக்கு அவசியமாகும் இதுவே வடலூரார் கருத்து.

34. அடித்துப் படிப்பித்தல்

இளங்கன்று பயமறியாது : இது குழந்தைகளுக்கும் பொருந்தும். பாலகர்களுக்குப் பயம் தெரியாது. மாசு மறுவற்றது அவர்கள் உள்ளம். அத்தகைய குற்றமற்ற உள்ளத்திலே குறைகள் நிரம்பும்படி செய்பவர்கள் அவர்களுடன் பழகுகிறவர்கள் தாம்.

முதலில் பாலூட்டித் தாலாட்டிச் சீராட்டி வளர்க்கும் அன்னையர் குழந்தைகளைக் குறைபாடின்றி வளர்க்க வேண்டும். கடுஞ்சொல் கூறாமல், கனிந்து பேசி, அவர்களைக் கட்டுப் பாட்டுக்குள் அடங்கி நடக்கும்படி செய்ய வேண்டும். இத்தகைய பொறுமையும், அன்பும் தாய்மார்களுக்கு அவசியம்.

இரண்டாவது, தந்தையர் குழந்தையின் முன்னேற்றத்திற்குப் பொறுப்பாளிகள். முரட்டுத்தனமும் பிடிவாதமும் குழந்தைகளிடம் ஏற்படுவது இயற்கை. அவைகளை வளர விடுதல் நன்றன்று; வளரவிட்டால் நாளடைவில் அச்சிறுவர்கள் சிறுமிகள் எதற்கொடுத்தாலும் சண்டித்தனம் செய்யத் தொடங்கி விடுவார்கள். ஆதலின், பக்குவமாகப் பாலர்களைச் சமாதானப்படுத்துங் குணம் தந்தைமார்களுக்கு அவசியம். குழந்தைகளைச் சமாதானப்படுத்திச் சாந்தமுடன் நடத்தத் தெரியாதவர்களே அவர்களை அடிப்பார்கள்; கடிந்து கொள்ளுவார்கள். பாவம் ! பச்சிளம் பாலகர்களுக்கு என்ன தெரியும்? அவர்களை அடிப்பதும், பயமுறுத்துவதும் அவர்களுடைய அறிவை மழுக்குவதாகும்; ஆற்றலைச் சிதைப்பதாகும். இவ் வுண்மையைப் பெற்றோர்கள் அறிதல் நன்று.

மூன்றாவது, கல்வி கற்பிக்கும் ஆசிரியர்களே குழந்தைகளின் எதிர்கால வாழ்வுக்குப் பொறுப்பாளிகள், இளமையிற் கல்வி சிலையில் எழுத்து; தொட்டில் பழக்கம் சுடுகாடு மட்டும். இவைகள் நாம் கேட்டிருக்கும் பழமொழிகள். அறிவு வளர்ச்சி, உடல் வலிமை, நல்லொழுக்கம், ஒற்றுமை உணர்ச்சி பரந்த மனப்பான்மை, அனைவரிடத்திலும் அன்புடன் பழகுதல் கல்வி வளர்ச்சி இவைகள் எல்லாவற்றுக்கும் பொறுப்பாளிகள் ஆரம்பக் கல்வி போதிக்கும் ஆசிரியர்கள் தாம்.

இளங் குழந்தைகளுக்கு மத வித்தியாசங்களைக் கற்பிப்பது பெருந்தவறு. அந்த மதம் உயர்ந்தது; இந்த மதம் உயர்ந்தது; முஸ்லிம்கள் இந்துக் கோயில்களை இடித்தார்கள் விக்கிரகங்களை உடைத்தார்கள்; இந்துக்கள் முஸ்லிம்களை வெறுத்தார்கள்; அவர்களுடைய மசூதிகளை இடித்தார்கள். கிறிஸ்துவர்கள் நம்முடைய மதத்திற்கு மாறானவர்கள்; புத்தர்கள், சமணர்கள் இந்து மதத்தை அழிக்க முயன்றார்கள்; வைணவர்களும் சைவர்களும் புத்த மதத்தையும், சமண மதத்தையும் அழித்து விட்டார்கள் என்றெல்லாம் சிறுவர்களுக்குப் போதிப்பதனால் அவர்கள் உள்ளத்தில் மதவெறுப்பு வேரூன்றுகின்றது.

எல்லாவற்றிலும் குழந்தைகளைக் கோலேடுத்து அடிப்பது கொடுமை! பெருங்கொடுமை! ஒரு சிறுவன் குறும்புத்தனம் செய்தால் அவன் செய்த குறும்பை அவன் உணரும்படி செய்தல் வேண்டும். இதுவே மீண்டும் அவன் அக்குற்றத்தைச் செய்யாமலிருப்பதற்கு வழி.

கற்றுக் கொடுத்த பாடத்தை ஒரு சிறுவனுக்குத் திருப்பிச் சொல்லத் தெரியா விட்டால், மீண்டும் அவன் உள்ளத்தில் உணரும் வகையில் சொல்லித்தர வேண்டும். பன்முறையும் சொல்லித்தர வேண்டும். இதுவே ஆசிரியிர் கடமை.

இதை விட்டுவிட்டுக் குறும்புத்தனம் செய்ததற்காக இளைஞர்களை அடிப்பது அறிவீனம்; பாடம் தெரியவில்லை என்பதற்காகப் பாலர்களை அடிப்பது பாதகச் செயல்.

இளம்பிள்ளைகளுக்கு அடித்துக் கல்வி புகட்டுவது அறியாமை; கொடுமை; பொறுத்துக் கொள்ள முடியாதது; என்பதை வள்ளலார் நன்றாக எடுத்துக் காட்டியுள்ளார்.

தொகுப்புறு சிறுவர் பயிலுங்கால், பயிற்றும்
தொழிலிலே வந்தகோ பத்தில்,
சகிப்பிலா மையினால் அடித்தனன்; அடித்த
தருணம்நான் கலங்கிய கலக்கம்
வகுப்புற நினது திருவுளம் அறியும்.

கூட்டமாகக் கூடிச் சிறுவர் கல்வி கற்றுக் கொண்டிருக்கும் போது, அவர்களுக்குக் கற்றுக் கொடுக்கும் வேலையைச் செய்வதில் ஏற்பட்ட கோபத்தினால், பொறுமையென்னும் குணம் இல்லாமையால் அவர்களை அடித்துவிட்டேன். அப்படி அடித்த சமயத்தில் என் மனம் கலங்கிய கலக்கத்தை உன்னுடைய திருவுள்ளந்தான் அறியும்: என்று கூறுகிறார்.

சகிப்புத்தன்மை உடையவர்கள் தான் ஆசிரியத் தொழிலுக்குத் தகுதியானவர்கள்; அவர்களாலேயே சிறுவர்களை முன்னுக்குக் கொண்டுவர முடியும். இளம்பிள்ளைகளைப் பயமுறுத்தி அடித்துக் கல்வி கற்பிக்கும் வழக்கம், வளர்கின்ற பயிரின் தலையைக் கிள்ளுவதேயாகும்.

சிறுவர்களை அடிப்பது வெறுக்கத்தக்கது; அடித்துப் பாடம் சொல்லிக் கொடுப்பது என்பது கண்டிக்கத்தக்கது. இதை வடலூர் அடிகள் விரும்பவே இல்லை. இதை மற்றொரு நிகழ்ச்சியாலும் காணலாம்.

புராணிகர் சுந்தரம் பிள்ளை என்பவர் வடலூர் அடிகளின் நண்பர்; அவர் பிள்ளைகளுக்குப் பாடம் சொல்லும் போது, அவர்கள் செய்யும் தவறைத் திருத்தும் பொறுமையற்றவர்; அவர்களை அடிப்பார். அச்செய்கையைக் குறித்து அவருக்கு இராமலிங்கர், ஒர செய்யுளின் மூலம் அறிவுரை கூறினார்.

படிப்பதுநன்று எனத்தெரிந்த பாங்குடையாய்!
மன்றுள் வெளிப் பரமன் அன்பே
தடிப்பதுநன்று எனத்தெரிந்த சதிர் உடையாய்!
அறம்நவின்ற தவத்தாய்! வீணில்
துடிப்பதுஇலாத் தூயமனச் சுந்தரப்பேர்
உடையாய்! என் தோழ! கேள் நீ!
அடிப்பதும், அச் சிறுவர்களை அடிப்பதும், நன்று
அல; என்மேல் ஆணை! ஆணை!

இதுவே அச் செய்யுளாகும். எல்லோரும் படிப்பது நல்லது என்று உணர்ந்த மனப்பாங்கு உள்ளவனே! சபையில் வெளிப்படையாக நடமாடும் பரமன் மீதுள்ள அன்பு உள்ளத்தில் உரம் பெறுவதே நன்று என்ற அறிந்த ஆற்றலுடையவனே! அற நூல்களில் சொல்லப்பட்ட தவத்தையுடையவனே! வீணாக ஆத்திரம் கொள்ளாத தூயமனமுள்ளவனே! சுந்தரம் என்னும் பெயர் உள்ளவனே ! என் தோழனே! தயவுசெய்து நான் சொல்வதைக் கேள் ! உன்னிடம் கல்வி பயிலும் சிறுவர்களை அடிப்பதும் அடிக்கடி அவர்களை அடிப்பதும் நன்மை அல்ல, என்மேல் பலமுறை ஆணையிட்டுச் சொல்லுகின்றேன்; அடிப்பதை அடியோடு நிறுத்திவிடு.

இவ்வாறு தன் தோழருக்கு அவர் வேண்டுகோள் விடுத்திருப்பது படிப்போர் உள்ளத்தை உருக்கும். படிப்புச்

சொல்லித்தரும் ஆசிரியர்கள் வடலூரார் கருத்தைப் பின் பற்றுவது நலம்.

35. ஜீவகாருண்யம்

நமது நாட்டிலே ஜீவகாருண்யத்தைப் பற்றிச் சிறப்பித்துப் பேசாத பெரியோர்கள் எவருமேயில்லை. மதத்தை மாற்றி அமைக்க முயன்றவர்கள் பலர்: புதிய கொள்கைகளை ஜன சமூகத்திலே புகுந்த முயன்றவர்கள் பலர். இவர்கள் நோக்கங்கள் எல்லாம் ஒன்றுதான். மக்கள் அனைவரும் துன்பம் இன்றி இவ்வுலகத்தில் இன்பத்துடன் வாழவேண்டும் என்பது தான் இந்த நோக்கத்திற்கு மாறுபட்ட பெரியோர்கள் எவரும் இல்லை. ஆனால் இன்று ஜீவகாருண்யம் பேசுவோர்களில் பலர் உண்மையான ஜீவகாருண்யம் இன்னதென்று உணராமல் இருக்கிறார்கள். ஜீவகாருண்யத்தின் சிறந்த பகுதியை மறந்து விடுகின்றனர். மனித சமூகத்தைப் பற்றி மனதில் கொள்ளாமல் பெருமைக்காக ஜீவகாருண்யம் பேசுவோர் பலர்.

மத பக்தியிலே தலைசிறந்து நிற்போர்களில் பலர் எறும்புகளிடம் ஜீவகாருண்யம் காட்டுகின்றனர்; காக்கைகளிடம் கருணை காடுகின்றனர்; ஆடு கோழிகளிடம் அனுதாபம் காட்டு கின்றனர்; மாடு, குதிரைகளிடம் மனவிரக்கம் காட்டுகின்றனர்.

நோயினால் வருந்தும் மாடு ஆடுகளிடம் கருணை காட்டும் பலர். நோய்த்துயர் தாங்கமாட்டாமல், ஆண்டவனே! ஆண்டவனே! என்று அலறும் ஏழை மக்களிடம் இரக்கம் காட்டவில்லை. எறும்புக்கும் காக்கைக்கும் இரைபோடும் கருணையாளர்களிலே பலர், நாள்தோறும் உழைத்து உழைத்து ஒரு வேளைச் சோற்றுக்குக் கூட வழியில்லாமல் வறுமையால்

வாடிச் சாகும் ஏழைகளிடம் எள்ளளவும் இரக்கம் காட்டுவ தில்லை.

முரட்டு ஜீவகாருண்யவாதிகளிலே சிலர் மாமிசம் சாப்பிடுவது ஜீவஹிம்சை, மாமிசம் சாப்பிடாமை ஜீவகாருண்யம் என்ற அளவோடு நின்று விடுகின்றனர்.

மாமிசம் உண்ணாமை ஜீவகாருண்யத்தின் ஒரு பகுதி என்பதில் ஏதும் தவறில்லை. அது ஒன்றேதான் ஜீவகாருண்யம் என்று வாதிடுவதுதான் தவறு.

ஜீவகாருண்யத்திலே தலைசிறந்து நின்றவர் இராமலிங்கர் அவர் தமது பாடல்களில் ஜீவகாருண்யத்தைப் பற்றியே சிறப்பித்துப் பாடியிருக்கிறார். ஜீவகாருண்ய ஒழுக்கம் என்ற ஒரு தனி நூலும் எழுதியிருக்கிறார். அவற்றை ஊன்றிப் படிப்போர் வள்ளலாரின் உள்ளக் கருத்தை உணரலாம்.

மக்களிடம் உயிர்க் கருணையில்லாவிட்டால், அவர்களுடைய அறிவு வளர்ச்சியடையாது; அன்பு வளர்ச்சியடையாது; அவர்கள் ஒன்றுபட்டு வாழமாட்டார்கள். இதுவே வள்ளலாரின் கருத்து. இக்கருத்தையே அவர் தமது பாடல்களில் வற்புறுத்துகிறார். ஜீவகாருண்ய ஒழுக்கத்திலும் எடுத்துக் காட்டுகிறார்.

ஜீவகாருண்யம் விளங்கும்போது அறிவும் அன்பும் உடனாக நின்று விளங்கும். ஜீவகாருண்யம் மறையும்போது அறிவும் அன்பும் உடனாக மறையும்.

இது வள்ளலாரின் வாக்கு. மக்களிடம் ஜீவகாருண்யம் இருந்தால்தான் அவர்கள் இவ்வுலகின் இன்பங்களை யெல்லாம் பெறுவார்கள். நாகரிகம் பெற்ற சிறந்த சமூகத்தினராய் வாழ்வார்கள் ஜீவகாருண்யம் அற்ற

மனிதர்களின் வாழ்க்கைக்கும் மிருகங்களின் வாழ்க்கைக்கும் மாற்றமிருக்க முடியாது; விலங்குகளின் வாழ்வும், ஜீவகாருண்யமற்ற மக்களின் வாழ்வும் ஒன்றுதான். இக்கருத்தை வள்ளலார் வலியுறுத்திக் கூறுகிறார்.

ஜீவகாருண்ய ஒழுக்கம் சிறிதும் இல்லாத புலி, சிங்கம் முதலிய மிருகங்கள் வழங்குகின்ற காட்டில் இகலோக ஒழுக்கம் வழங்கவே இல்லை. அதுபோல் ஜீவகாருண்ய ஒழுக்கம் இல்லாத மனிதர்கள் வழங்கும் இடத்திலும் இகலோக ஒழுக்கம் வழங்கவே மாட்டாதென்று அறியவேண்டும்.

இது வள்ளலார் வாய்மொழி. இன்னும் அவர் ஜீவகாருண் யத்தைப்பற்றி விளக்கமாகக் கூறியிருப்பதைக் கவனியுங்கள்:

செல்வம் உடையவர்கள் நிறைய உண்ணுகிறார்கள். அளவுக்கு மேல் உண்ணுகிறார்கள். வறியவர்கள் மிகுந்த பசியினால் உடல் வருந்துகிறார்கள்; மனம் வேகின்றார்கள்; நெஞ்சங் கொதிக்கின்றார்கள்; இதைப் பற்றி நினைக்கவே என்னால் முடியவில்லை. இதை நினைக்கும் தோறும் யாரையும் இகழ மனம் வரவில்லை. என் மனம் எரிகின்றது. என் உடம்பும் எரிகின்றது. ஐயோ! நான் இக்கொடுமைக்கு என்ன தான் செய்வேன் ! என்று இவ்வாறு மனம் கசிந்து பாடுகின்றார்.

உள்ளலேன் உடையார் உண்ணவும் வறியர்
உறுபசி யுழந்துவெந் துயரால்
வள்ளலே நெஞ்சம் வருந்தவும் படுமோ
மற்றிதை நினைந்திடுந் தோறும்
எள்ளலேன், உள்ளம் எரிகின்றது, உடம்பும்
எரிகின்றது என்செய்வேன் அந்தோ!

கொள்ளலேன் உணவும்; தரிக்கிலேன் இந்தக்

குறையெலாம் தவிர்த்தருள் எந்தாய்!

இது வள்ளலார் பாடல். இக்கருத்தே வள்ளலாருடைய ஜீவகாருண்யத்தைப் பற்றிய சிறந்த கருத்து.

வள்ளலார் வலியுறுத்தும் முதன்மையான ஜீவகாருண்யம், வறியோர்க்கு உதவி செய்தல், பசிப்பிணியால் வருந்தும் ஏழை மக்களின் பரம்பரையை மாற்றுதல். மக்களிடம் பேதம் பாராட்டாமல் எல்லோரும் ஒன்றெனக் கொள்ளல் இவைகளேயாகும்.

36. சாவாத வாழ்வு

இவ்வுலகில் என்றும் அழியாமல் வாழ்வதே சாவற்ற வாழ்வு. இதைச் சிரஞ்சீவி என்றும் கூறுவர். முதியோர் இளைஞர் களுக்கு வாழ்த்துக் கூறும் போது என்றும் சிரஞ்சீவியாக இனிது வாழ்க! என்று கூறுவர்.

சித்தர்கள் என்பவர்கள் தங்கள் உடலை அப்படியே வைத்துக் கொண்டு உயிர் வாழ்கின்றவர்கள் என்று நம்புகின்றனர் உடலை அழியாமல் பாதுகாத்துக் கொள்ளும் வித்தையில் சித்தி பெற்றவர்களைச் சித்தர்கள் இன்னும் காடுகளிலும் மலைகளிலும் வாழ்வதாக நம்புகின்றனர். இத்தகைய நிலையை அடைய வேண்டும் என்று முயல்பவர்கள் சிலர் உண்டு.

அனுமான், விபீஷணன் போன்றவர்கள் சிரஞ்சீவிகள்; அவர்கள் இறக்கவில்லை; இன்னும் உயிர் வாழ்கின்றனர் என்று நம் நாட்டு இலக்கியங்கள் கூறுகின்றன. இதை உண்மையென்று நம்பியிருப்போர் பலர்.

மக்கள் சாகாமல் வாழ முடியுமா? என்றால் வாழ முடியும் என்பதே நாம் கூறும் விடை. எப்படிச் சாகாமல் வாழ முடியும்? சாதாரண மக்கள் நினைப்பது போல் இந்த உடலோடு சாகாமல் வாழ முடியும் என்று நாம் சொல்லவில்லை.

தன்னுடைய உடல் அழிந்தாலும் தன் பெயர் இவ்வுலகில் நிலைத்திருப்பதே சாகாத வரம். பல வீரர்களைப் பற்றி மக்கள்

பேசுகின்றனர்; கொண்டாடுகின்றனர். பல புலவர்களைப் பற்றி பல அரசியல் வாதிகளைப் பற்றி, பல சீர்திருத்தக்காரர்களைப் பற்றி, பல வள்ளல்களைப் பற்றி, பல அரசியல் வாதிகளைப் பற்றி, பல சீர்திருத்தக்காரர்களைப் பற்றி, பல வள்ளல்களைப் பற்றி இன்னும் மக்கள் கதைகள் கூறுகின்றனர்; பாராட்டுகின்றனர். இவர்களில் பலர் பல நூற்றாண்டுகளுக்கு முன்னே மறைந்தவர்கள். ஆனால் அவர்கள் புகழ் மறையவில்லை; பெயர் மறையவில்லை. இவர்களை என்னென்று கூறுவது? இவர்கள் தான் சாகா வரம் பெற்றவர்கள்; சிரஞ்சீவிகள் என்று சொல்ல வேண்டும்.

சித்தர்கள் என்பதற்குப் பொருள், அறிவுடையவர்கள் என்பதுதான். சித்தம் என்பது அறிவு. இதிலிருந்துதான் சிந்தை தோன்றியது; சிந்தையிலிருந்து சிந்தனை அல்லது ஆராய்ச்சி பிறக்கும். ஆராய்ச்சியின் மூலம் உண்மைகள் வெளிப்படும். ஆகவே, சிந்தனா சக்தியுடையவர்கள் சித்தர்கள்; சிந்தனா சக்தியின் மூலம் சிறந்த ஆராய்ச்சி வல்லமையைப் பெற்றிருப்பவர்கள் சித்தர்கள்; ஆராய்ச்சி வல்லமையின் மூலம் உண்மைகளைக் கண்டறிந்து, அவைகளை உலக முன்னேற்றத்திற்கு உதவும் படி செய்பவர்கள் சித்தர்கள். இத்தகைய சித்தர்கள்தான் உடலழிந்தாலும், உலக மக்களின் உள்ளத்திலே என்றும் உயிர் வாழ்பவர்கள்.

அந்தக் காலத்தில தமிழ்நாட்டில் பதினெட்டுச் சித்தர்கள் வாழ்ந்தார்கள். அவர்கள் ஒற்றுமைக்காக உழைத்தவர்கள்; மக்கள் சமுதாயத்தில் குடிகொண்டிருக்கும் மூட நம்பிக்கைகளைப் போக்க முயன்றார்கள்; மக்களை ஒன்றுபடுத்த முயன்றார்கள். அவர்கள் பெரிய சமுதாயப் புரட்சிக்காரர்கள். அவர்கள் பெயரால் இன்று வழங்கும் நூல்களிலே அவர் களுடைய கருத்துக்களைக் காணலாம்.

நமது முதற்பெரும் புலவர் திருவள்ளுவரும் புகழுடன் வாழ்வதுதான் மனித வாழ்க்கை என்று கூறியுள்ளார்.

தோன்றில் புகழொடு தோன்றுக அஃதுஇலார்
தோன்றலின் தோன்றாமை நன்று.

மனிதனாகப் பிறந்தால் புகழுடன் பிறக்க வேண்டும்; இன்றேல் பிறப்பதை விடப் பிறக்காமல் இருத்தலே நல்லது என்பதே திருவள்ளுவர் கூற்று.

இதுதான் சாகா வரம் என்பது, நமது வள்ளலார் இராமலிங்கர் இத்தகைய சாகா வரம் பெற்றதாகக் கூறுகிறார். அவர் பெற்ற சாகா வரம் புகழுடம்பு.

உள்ளம் தளிர்த்திடச் சாகா வரம்கொடுத்து, என்றும்,
தடைபடாச் சக்திகள் எல்லாம் அளித்தனை.

எனது மனம் மகிழ்ச்சியடையும்படி, என் பெயர் என்றும் அழியாதிருக்கும் படியான வரத்தைக் கொடுத்தாய் ! என்றும் அழியாமல் நிற்கும்படியான அறிவுடைய காரியங்களைச் செய்யும் ஆற்றலையும் அளித்தாய் !

என் மார்க்கம் எனக்களித்து என்னையும் மேலேற்றி
இறவாத பெருவரம் ஈந்தமெய்ப் பொருளே !

நான் எண்ணிய உண்மைநெறியில் செல்லும் படியான சக்தியை எனக்களித்தாய்! என்னையும் உயர்ந்தவனாக்கினாய்! நான் என்றும் இறவாமல் புகழுடன் வாழும்படியான வரத்தையும் எனக்களித்தாய்!

கருணைநெறி உற்றேன் எக் காலமும் சாகாமல்
ஓங்கும் ஒளிவடிவம் பெற்றேன்

எல்லா மக்களையும் ஒன்றெனக் கருதி, அவர்களையெல்லாம் ஒரே சமுதாயமாகச் செய்யும் ஜீவகாருண்ய மார்க்கத்தை அடைந்தேன். இதனால் எக்காலமும் சாகாமல் மேலும் மேலும் என் பெயர் உலக முழுவதும் பரவும்படியான புகழ் உடம்பைப் பெற்றுவிட்டேன்!

சித்தாடு கின்றனன்; சாகா வரமும் சிறக்கப் பெற்றேன்.

இத்தாரணியில் எனக்கு இணையார் என்ற இயம்புவனே

என் அறிவால் ஆராய்ந்து கண்ட உண்மையைப் பின்பற்றி நடக்கின்றேன். இதனால் என்றும் அழியாத புகழ் பெற்று வாழும் நிலையை அடைந்துவிட்டேன். இந்த உலகில் இனி எனக்கு யார்தான் இணையாவார்கள் ? ஒருவரையும் எனக்கிணையாகச் சொல்ல முடியாது !.

வள்ளலார் பெற்ற சாகா வரத்தைப் பற்றி அவரே கூறியவைகள் இவை. ஆகவே சாகா வரம் என்பது, மக்களுக்கான நன்மைகளைச் செய்தல்; அவர்கள் மனத்திலே குடிபுகுதல்; பலரும் தன்னைப் பற்றி, தன் கொள்கைகளைப் பற்றிப் பேசும்படி கொண்டாடும்படி செய்தல். இவ்வாறு செய்கின்றவர்கள் தாம் சாகா வரம்பெற்றவர்கள் ; புகழுடம்பு பெற்றவர்கள்.

37. செத்தார் எழுதல்

வள்ளலார் தமது பாடல்களில், துஞ்சிய மாந்தரை எழுப்புக, செத்தார் எழுந்தனர் என்றெல்லாம் பாடியுள்ளார். இவைகளுக்கு மாண்ட மனிதர்கள் மீண்டும் எழுவர் என்று பொருள் கொள்கின்றனர். செத்தவரைப் பிழைக்க வைக்கலாம் என்று நம்புகின்றனர் பலர். இந் நம்பிக்கை மூடநம்பிக்கை. வள்ளலார் கருத்து இது அன்று; இறந்த மனிதரைப் பிழைக்க வைக்க முடியும் என்று அவர் கூறவில்லை. அதாவது, அழிந்த உடலை மீண்டும் எழுப்பலாம் என்று அவர் கூறவில்லை. அவர் கூறிய செத்தார் எழுந்தனர் என்பதன் கருத்து வேறு.

ஆண்டாண்டு தோறும் அழுது புரண்டாலும் மாண்டார் வருவரோ என்பது நமது இளமைப் பாடம் அல்லவா? துருப்பிடித்து மண்ணாகிப் போன இரும்புக் கம்பி மீண்டும் கம்பியாவதில்லை. உடைந்து போன மண்பாண்டம் மண்ணோடு கலக்க வேண்டியதுதான். உலகப் பொருள்களால் ஆகிய உடல் சிதைந்தவுடன் உலகப் பொருள்களோடு கலக்கவேண்டியது தான்.

உடல் ஒரு இயந்திரம் போன்றது. இயந்திரத்தில் முக்கிய மல்லாத இரண்டொரு மறையாணிகள் கழன்று விட்டாலும், தளர்ந்து விட்டாலும் இயந்திரம் ஓடிக்கொண்டுதான் இருக்கும். இயந்திரத்தின் சில பாகங்களுக்குப் பழுது நேர்ந்தால் அதற்கு ஒட்டுப் போட்டு ஓட்டுகிறோம். இயந்திரத்தின் ஒரு பகுதி உடைந்து விட்டால் அதை அகற்றிவிட்டுப் புதிய பகுதியைச் சேர்த்து ஓட்டுகின்றோம். இதைப்போல இன்று உடம்பிலும் பழுதடைந்த உறுப்பை அகற்றி விட்டுப் புதிய உறுப்பைச் சேர்க்கும் வித்தை வளர்ந்து

வருகின்றது. கண் பழுதடைந்தால் வேறு கண் வைக்கின்றனர். பல் பழுதடைந்தால் வேறு பல்; இருதயம் பழுதானல் வேறு இருதயம் வைத்து உடம்பை இயக்க முயற்சிக்கின்றனர்.

ஆனால் ஒரு இயந்திரத்தின் எல்லா உறுப்புக்களுமே நெடு நாள் ஓடித் தேய்ந்துவிட்டால் பிறகு அதை ஒன்றும் செய்ய முடியாது. இதைப் போலவே நமது உடலும், எவ்வளவு பாதுகாத்து வந்தாலும் நீண்ட நாளாகி விட்டால் தேய்ந்து தளர்ந்து போய் விடுகின்றது அதன் பிறகு ஓட்டம் நின்றுவிடுகின்றது. இத்தகைய நிலையில் ஏற்படும் சாவுதான் இயற்கைச் சாவு. இயற்கைச் சாவு எய்தியவரை மீண்டும் பிழைக்க வைப்பது என்பது இயலாத காரியம்.

இனி வள்ளலார் குறிப்பிடும் செத்தாரைக் கவனிப்போம். மக்களாகப் பிறந்தும் ஒரு சுகத்தையும் காணாமல் இயந்திரம் போல் உழைத்து ஒடுங்கிக் கிடப்பவர்கள் செத்தவர்கள்; உலகப் போக்கை உணரும் அறிவின்றி, மாடுகள் போல் உழைத்துக் கிடப்பவர்கள் செத்தவர்கள்; நன்மையிது தீமையிது. நம்மை முன்னேறச் செய்யும் வழியிது, அடிமைப்படுத்தும் வழியிது என்று அறியாமல் மூடத்தனத்தில் மூழ்கியிருப்பவர்கள் செத்தவர்கள். இத்தகைய செயலற்ற மக்களையே செத்தவர்கள் என்று குறிப்பிடுகிறார் வள்ளலார்.

துஞ்சிய மாந்தரை எழுப்புக! நலமே சூழ்ந்த
சன்மார்க்கத்தில் செலுத்துக!

இறந்த மக்களை அல்லது தூங்கிக் கிடக்கும் மக்களை எழுப்புங்கள், எல்லா நன்மைகளும் நிறைந்த உண்மை வழியில் செல்லும்படி செய்யுங்கள்.

செத்தார் எழுந்தனர் சுத்த சன்மார்க்கம் சிறந்தது.

பிணம்போல் செத்துக் கிடந்தவர்கள் விழித்துக் கொண்டனர். அவர்கள் முயற்சியால் குற்றமற்ற உண்மை நெறி பரவி விட்டது.

இன்பால் உலகங்கள் யாவும் விளங்கின
துன்பால் இறந்தவர் துன்பற்றுத் தோன்றினார்.

இன்பத்தை அடையும் மார்க்கத்தைக் கண்டு, அதைப்பின் பற்றி இன்புறுகின்றமையால் உலகமெல்லாம் சிறந்து காணப்படு கின்றன; இதுவரையில் துன்பத்தினால் செத்துக் கிடந்த மக்கள் இன்று துன்பமின்றி மகிழ்ச்சியோடு காணப்படுகின்றனர்.

மடம்பெற்ற மனிதர்கள் மதிபெற்று வாழ்கின்றார்
திடம்பெற்றே எழுகின்றார் செத்தவர் தினம்தினம்.

மூடத்தனத்திலே மூழ்கிக் கிடந்த மக்கள் இன்று அறிவு பெற்று வாழ்கின்றார்; கோழைத்தனத்தால் செத்துக் கிடந்தவர்கள் ஒவ்வொரு நாளும் திடம் பெற்றுத் தமது உரிமைக்காகப் போராடப் புறப்படுகின்றனர்.

புல்லொழுக்கம் எல்லாம் புணரியிடைப் போயொழிக!
நல்லொழுக்கம் ஒன்றே நலம்பெறுக - இல்லொழுக்கில்,
செத்தவர்கள் எல்லாம் திரும்ப எழுந்துமனம்
ஒத்தாராய் வாழ்க உவந்து.

கொடுஞ் செயல்கள், கெட்ட நடத்தைகள் எல்லாம் கடலில் வீழ்ந்து ஒழியட்டும். மக்களெல்லோரும் இன்புறுதற்கான நல்ல செயல்களே, நடத்தைகளே உலகில் உயர்வு பெற்று விளங்கட்டும். இல்லற வாழ்க்கையில் இன்பமின்றிச் செத்துக் கிடந்தவர்கள் எல்லோரும் மீண்டும் ஊக்கத்தோடு எழுந்து

எல்லா மக்களோடும் ஒன்றுபட்டு ஒரு மனம் உடையவர்களாய் மகிழ்ந்து வாழ்க!

மேலே காட்டிய வள்ளலார் வாக்கை நோக்குவார்க்குச் செத்தார் யார்? என்பது புலப்படும். அவர் பிழைப்பது எப்படியென்பதும் விளங்கும்.

உண்மை நெறியை உணராதவர் செத்தார்! துன்பத்தில் வாழ்பவர் செத்தார்! மூடத்தில் வாழ்பவர் செத்தார்! கோழைகள் செத்தார்! இல்லற இன்பம் பெறாதவர் செத்தார்! இவைகளையே மேற்கண்ட பாடல்களில் கூறியுள்ளார்.

38. பிள்ளை விளையாட்டு

குழந்தைகள் சிறுவர்கள் சேர்ந்து விளையாடுவதைப் பிள்ளை விளையாட்டு என்பர். விளையாடுவதிலே கருத் தொன்றும் இல்லை; பொழுது போக்குக்காகவும், மகிழ்ச்சிக்காகவுமே அவர்கள் பலவகையான விளையாட்டுக்களை விளையாடுவார்கள்.

ஆழ்ந்து சிந்திக்கும் அறிவு சிறு பிள்ளைகளிடம் இல்லை. தாம் பார்த்தவற்றை, தமக்கு எளிதாகச் செய்ய கூடியவற்றை, அவை தப்போ சரியோ செய்து களிப்பார்கள்; மகிழ்வார்கள். விளையாடுவார்கள். இது குழந்தைகளின் பண்பு.

இவ்வுலகிலே இன்று மக்களைச் சுரண்டுவதற்கு உதவுகின்ற சமயங்களைப் போற்றுவது சிறுபிள்ளைத்தனம்! சமயங்களின் பெயரால் நிலவுகின்ற கலைகளைக் கொண்டாடுவது சிறுபிள்ளை விளையாட்டு! சமயக் கலைகள் காட்டும் நிலை களைக் கொண்டாடுவதும் சிறுபிள்ளை விளையாட்டு! அச் சமயக் கலைகளின் காட்சிகளும் பிள்ளை விளையாட்டு! அச் சமயங்களாலும், கலைகளாலும் கூறப்படும் பிள்ளை விளையாட்டு! அச் சமயங்களாலும், கலைகளாலும் கூறப்படும் கடவுள்களை நம்புவதும் கொண்டாடுவதும் பிள்ளை விளையாட்டு ! இவற்றை நம்பவேண்டாம் என்று கூறுகின்றார் இராமலிங்க அடிகள்.

அறிவுள்ளவர்கள் ஒன்றுக்கொன்று முரண்பட்ட சமயங்களையும், அந்த சமயக் கலைகளையும். அக் கலைகள் கூறும் பல திறப்பட்ட தெய்வங்களையும் கட்டிக்கொண்டு அழமாட்டார் கள். பகுத்தறிவற்ற சிறுவர்கள்தாம் அவற்றை

நம்பித்திரிவார்கள். பகுத்தறிவுள்ளவர்கள் சமரச சன்மார்க்கத்தையே விரும்பு வார்கள். இதுதான் வடலூர் அடிகளாரின் கருத்து.

கொள்ளைவினைக் கூட்டுறவால் கூட்டியபல் சமயக்
கூட்டமும், அக்கூட்டத்தே கூவுகின்ற கலையும்,
கள்ளமுறும் அக்கலைகள் காட்டியபல் கதியும்
காட்சிகளும் காட்சிதரு கடவுளரும் எல்லாம்
பிள்ளைவிளையாட்டெனநன்கு அறிவித்திங்கு எனையே
பிள்ளையெனக் கொண்டுபிள்ளைப் பெயரிட்ட
பதியே!
தள்ளரிய மெய்யடியார் போற்றமணி மன்றில்
தனிநடஞ்செய் அரசே! என் சாற்றும் அணிந் தருளே!

இப்பாடல் மக்களின் மனத்திலே பகுத்தறிவுணர்ச்சியை ஊட்டும் பாடல்.

இவ்வுலகிலே இன்று நிலவும் பல சமயங்களும் உண்மையை விளக்குவன அல்ல. அவை மக்களைக் கொள்ளையடிக்கும் தொழிலோடு கூடியவை. மக்களுடைய அறிவையும், செல்வத்தையும் சுரண்டுவதற்கே அவை உலவுகின்றன.

சமயக் கூட்டங்கள் கூவுகின்ற கலைகளும் உண்மைகளை உரைப்பவை அல்ல. வஞ்சத்தையும், கள்ளத்தையும் அடிப்படை யாகக் கொண்டவையே அக் கலைகள்.

அக் கலைகளால் கூறப்படும் நிலைகள் கதிகள் சாட்சிகள் தெய்வங்கள் அனைத்தும் உண்மையானவை அல்ல. சிறு பிள்ளைகளின் விளையாட்டுக் கருவிகளைப் போன்றவை தாம்.

இந்த உண்மையை எனக்குத் தெளிவாக அறிவித்தாய்; என்னையும் உனது பிள்ளையாக ஏற்றுக்கொண்டாய்! எனக்கும் பிள்ளையென்று பெயர் வைத்தாய்! என் உள்ளத்திலே ஒளிரும் அறிவாகிய தலைவனே உன் பெருமையே பெருமை!

என்றும் அழியாத உண்மையை உணர்ந்த அன்பர்கள் போற்றும்படி அழகிய பொதுமன்றத்திலே ஒப்பற்ற நடன மாடும் அரசே! எனது பாமாலையையும் அணிந்தருள்வாய்!

இதுதான் இந்தப் பாடலில் அடங்கியிருக்கும் பொருள். சமயங்களையும், சமய நூல்களையும், அவற்றின் கூற்றுக் களையும் நம்புகின்றவர்கள் சிறுபிள்ளைகள் என்று கூறியது இப்பாடல்.

சாதிபேதம். வருணாசிரம தருமம், ஆசிரம தருமங்கள் அனைத்தும் பொருளற்றவை; சிறுபிள்ளைத்தனமான செயல்கள்! என்று மேலுங்கூறுகிறார் இராமலிங்க அடிகள்.

பிர்ம, க்ஷத்திரிய, வைசிய, சூத்திர என்று நான்கு வகைச் சாதிகள் வகுத்திருக்கின்றனர். பிரம்மச்சரியம், கிருகதம், வானப்பிரதம், சந்தியாசம் என்று நால்வகை ஆசிரமங்கள் கூறுகின்றனர். இந்த நால்வகை வருணங்களுக்கும், நால்வகை ஆச்சிரமங்களுக்கும் தனித்தனி ஒழுங்கங்களும் வகுத்திருக் கின்றனர். இவற்றை ப்பற்றிக் கூறும் கலைகள் நூல்கள் பல விருக்கின்றன. அவற்றை உண்மையென்று சொல்லுவதும், நம்புவதும் சிறுபிள்ளைத்தனம்; சிறுபிள்ளை விளையாட்டு என்பதே ராமலிங்கர் கருத்து.

மடமையை நீக்கி உண்மையை உணர்ந்தவர்களே உத்தமர்கள்; அவர்களே சாதி, சமயச் சாக்கடைகளில் சிக்கிச் சாகமாட்டார்கள். வீணில் கிடந்து அலைந்து

திரியமாட்டார்கள். உண்மைகளைக் கண்டறிவார்கள். இக்கருத்தை அவர் பல பாடல்களிலே பாடியிருக்கின்றார். இக் கருத்துடைய செய்யுள் ஒன்றைக் காண்போம்.

நால்வருணம், ஆச்சிரமம்; ஆசாரம் முதலாம்
நவின்றகலைச் சரிதம் எலாம் பிள்ளை விளையாட்டே!
மேல்வருணம் தோல்வருணம் கண்டறிவார் இலைநீ
விழித்திதுபார் என்றெனக்கு விளம்பியசற் குருவே!
கால்வருணம் கலையாதே ! வீணில் அலையாதே!
காண்பனவெல் லாம்எனக்குக்
காட்டியமெய்ப்பொருளே
மால்வருணம் கடந்தவரை மேல்வருணத்தேற்ற
வயங்குநடத் தரசே! என் மாலை அணிந் தருளே!

நால்வகை வருணங்களைப் பற்றியும், நால்வகை ஆச்சிரமங் களைப் பற்றியும், அவற்றுக்குரிய ஆசாரங்களைப் பற்றியும் சொல்லுகின்ற சாத்திரங்கள், வரலாறுகள் எல்லாம் சிறந்த கருத்துடையன அல்ல. சிறுபிள்ளைகளின் விளையாட்டு களைப் போன்றவை.

அறிவுள்ளவர்கள் தோலின் நிறத்தைக் கொண்டு மேல் வருணம், கீழ்வருணம் என்று கண்டறிய மாட்டார்கள். நீ உன் ஞானக் கண்ணைக் கொண்டு இவ்வுண்மையைத் தெரிந்து கொள் என்று எனக்கு உண்மைகளையெல்லாம் எனக்குக் காட்டிய மெய்யறிவே.

மயக்கம் என்னும் வரணத்தைக் கடந்த வரை உயர்ந்த வருணத்தவராக வாழும்படி செய்வதற்காக விளங்குகின்ற நடனத்தில் வல்லவனே! என் பாமாலையையும் அணிந்தருள்வாய்!

இராமலிங்க அடிகள் நாத்திகர் அல்லர். உண்மையான அன்பு நெறியைத் தழுவியவர், அவர் சமயங்களை வெறுத்துப் பேசுகின்றார். சமய நூல்களை அருவருக்கிறார்; சமயங்களை வெறுத்துப் பேசுகின்றார். சமய நூல்களை அருவருக்கிறார்; சமயங்கள் கூறும் தெய்வங்களை நம்பவேண்டாம் என்று நவில்கின்றார். வருணாசிரம தருமத்தை வெறுக்கின்றார். நால்வகை ஆச்சிரமங்களையும் வெறுக்கின்றார். அவற்றுக்கான ஒழுக்கங்களையும் விரும்பவில்லை.

இவற்றிலே நம்பிக்கை வைப்பது சமரச சன்மார்க்கத்திற்கு ஒத்துவராது என்பதே அவர் கருத்து.

ஒரு சாதியிலே பற்றுக் கொண்டவன் மற்றொரு சாதியிடம் அன்பு காட்டுவதில்லை. வெறுப்புக் கூடக் காட்டுகின்றான். ஒரு சமயத்திலே வெறிகொண்டவன் பிற சமயத்தை வெறுக்கின்றான். சாதி வெறியும், சமய வெறியும் மக்கள் சமூகத்தின் ஒற்றுமைக்கு உலைவைக்கின்றன. இனவெறியும் அப்படித்தான்.

உலக மக்களிடையிலே சாமாதானம் நிலவ வேண்டுமானால், சமரச சன்மார்க்க நெறி பரவவேண்டுமானால் சமரச சன்மார்க்கத்திற்குத் தடைக் கற்களாக நிற்பவை சமய வேற்றுமை, சாதி வேற்றுமை, இன வேற்றுமை, நிற வேற்றுமை ஆகியவையே. ஆகையால்தான், இவற்றை ஆதரிக்கும் கொள் கைகள், நூல்கள், கலைகள், காட்சிகள் அனைத்தும் ஒன்றுக்கும் உதவாதவை; சிறுபிள்ளைகளின் விளையாட்டுக்களைப் போன்றவை என்று விளக்கியிருக்கின்றார். மேலே காட்டிய இரண்டு பாடல்களும் இந்த உண்மைகளை விளக்கும் பாடல்கள்.

அன்புள்ளவர்கள் - கருணையுள்ளவர்கள் - இரக்க முள்ள வர்கள் எந்த வெறியிலும் அகப்பட்டு அல்லற்பட

மாட்டார்கள். மக்கள் சமூகத்தை ஒன்றாகக் காண்பர்; ஆருக்குத் துன்பம் நேர்ந்தாலும் அன்புடன் உதவி புரிவர்; அதனால் அகமகிழ்வர்.

39. கோபத்தின் கொடுமை

குற்றங்களை ஐவகையாகப் பகுத்துக் கூறுவர். அவை காமம், குரோதம், லோபம், மதம், மாற்சரியம் என்பன இவை உள்ளத்தோடும் உடலோடும் இணைந்தவை. இவற்றை முறையே ஆசை; கோபம், கருமித்தனம், செருக்கு, பகை என்று சொல்லி விடலாம்.

இந்த ஐந்து வகைக் குற்றங்களுக்கும் அகப்படாதவர்கள் உயர்ந்தவர்கள் உத்தமமானவர்கள் ஒருவருக்கும் தீங்கிழைக் காதவர்கள்; இவர்கள் எல்லோராலும் போற்றப்படும் புகழுடன் வாழ்வார்கள்.

இந்தக் குற்றங்களிலே கோபத்தையே முதன்மையான குற்றம் என்று குறிப்பிடுகிறார் இராமலிங்க அடிகள். இதற்குக் காரணம் உண்டு. எல்லாக் குற்றங்களுக்கும் நாற்றங்கால் கோபந்தான். முன்கோபமோ, பின்கோபமோ - எதுவாயினும் சரி; அது தீமைக்கே வழிகாட்டும்.

கோபம், பாவம், சண்டாளம் என்று எல்லோரும் கோபத்தைப் பற்றிப் பேசுவதுண்டு. இது உலக வழக்கு. கற்றவர்களும் கல்லாதவர்களும் எடுத்துரைக்கும் அறவுரை, கோபமானது பாபத்தைச் செய்யத் தூண்டும்; அதாவது நீதி நெறி பார்க்காமல் எதையும் செய்வதற்கு ஏவும். கண்மூடித்தனமாகக் காரியத்திலே குதிப்பவன் கொலை செய்வதற்கும் அஞ்சமாட்டான். சண்டாளன் செயலாகிய கொலையையும் துணிந்து செய்வான். ஆகையால் தான், கோபம், பாபம், சண்டாளம் மூன்றையும் ஒரே அடுக்காகச் சொல்லுகிறார்கள்.

இந்த உலக வழக்கை உள்ளத்திற்கொண்டே இராமலிங்க அடிகள் பாடுகிறார். கோபத்தின்மேல் கனகோபம் வருகிறது அவருக்கு. தன் வாயில் வந்த கடுஞ் சொல்லைக் கோபத்தின் முகத்திலே வாரி வீசுகின்றார். எவ்வளவு கடுமையாக அதைத் தாக்க முடியுமோ அவ்வளவு கடுமையாகத் தாக்குகிறார்.

கோபமெனும் புலைப்பயலே! என்று அழைக்கின்றார். இதைவிட இன்னும் கடுமையான வார்த்தையைச் சொல்ல முடியாது.

கோபத்தை மட்டும் தாக்குவதோடு விட்டுவிடவில்லை. அதன் துணைவர்களையும் தோழர்களையும் சாடுகிறார். காமமாகிய மோகத்தையும், கர்வமாகிய மதத்தையும், உலோபத் தையும், மாற்சரியத்தையும் பிடித்து இழுத்துச் சரியான அறை கொடுக்கின்றார். எத்தகைய கடுஞ் சொற்களால் அவர் தாக்குகிறார் என்பதைப் பாருங்கள்!

கோபம்எனும் புலைப்பயலே! காமவலைப் பயலே!
கொடுபோகக் கடைப்பயலே! குறும்புமதப் பயலே! காண்!
தாபஉலோ பப்பயலே! மாற்சரியப் பயலே!
தயவுடன் இங்கு இசைக்கின்றேன் தாழ்ந்திருக்கா தீர்காண்!
தீபமெலாம் கடந்துஇருள்சேர் நிலம்சாரப் போவீர்!
சிறிதுபொழுது இருந்தாலும் திண்ணம்இங்கே அழிவீர்!
சாபம்உறு முன்னம் அறிந்து ஓடுமினோ! என்னைத்
தான் அறியீர்! தனித்தலைவன் தலைப்பிள்ளை தானே!

இந்தப் பாடலை மீண்டும் படித்துப் பாருங்கள். துப்பாக்கி யிலிருந்து வெடிக்கும் குண்டுகள் போல் சொற்கள் வந்து விழுந்திருக்கின்றன. சிறிதும் தட்டுத் தடங்கலின்றி வன்

சொற்கள் வந்து குவிந்திருக்கின்றன. இச்செய்யுளில் அமைந் திருக்கும் சொற்களாலேயே கோபம், காமம் மதம், லோபம், மாற்சரியங்கள் எவ்வளவு கொடுமையானவை என்பதை உணரலாம்.

இவற்றை இராமலிங்கர் கடிந்ததோடு மற்றவர்களையும் கடியும்படி அறைகூவி அழைக்கின்றார். இவ்வளவு கடுஞ் சொற்கள், இளகிய உள்ளம் படைத்த அவர் நாவில் விளையாடியிருக்கின்றன. இப்பாட்டு நமக்கு எவ்வளவு உணர்ச்சி யூட்டுகின்றது என்பதைக் காண்போம்.

கோபம் என்று சொல்லப்படும் அற்பப் பயலே! அற்பத் தன்மையுள்ள செயல்களைச் செய்பவன் புல்லன் - புலையன் - அற்பன்!

காமவலையை வீசுகின்ற பயலாகிய கொடிய மோகம் என்னுங் கீழ்த்தரமான பயலே! கடைப்பயலே!

குறும்புத்தனம் - அடாதசெயல்கள் - வெறுக்கத்தக்க வினைகள் - எல்லாவற்றுக்கும் வரிந்து கட்டிக்கொண்டு முன்னிற் கின்ற ஆணவப் பயலே! மதப் பயலே!

தீமைக்கெல்லாம் அடிகோலும் உலோபம் என்னும் கஞ்சப் பயலே!

பகையை மூட்டும் மாற்சரியப் பயலே!

தயவுடன் உங்களிடம் ஒன்று சொல்லுகின்றேன். இன்னும் நீங்கள் இங்கே என்னிடம் தங்கியிருக்க வேண்டாம்! ஆமாம்! கண்டிப்பாகச் சொல்லி விட்டேன். என்னை விட்டு ஓட்டம் பிடியுங்கள்!

இன்னும் சொல்லுகின்றேன். எங்கே ஒளியிருக்கின்றதோ அங்கே நீங்கள் தலைகாட்டக் கூடாது! ஒளியென்பது அறிவு. அதுதான் தீபம்; ஒளிவிளக்கு. ஆதலால் ஒளியுள்ள இடத்தில் தங்கவேண்டாம். இருட்டு நிலம் எங்கேயிருக்கின்றதோ அங்கே ஓடுங்கள். அதாவது அறியாமை - மூடத்தனம் - எங்கே குடிபு குந்திருக்கின்றதோ அந்த இடந்தான் நீங்கள் வாழ்வதற்குத் தகுந்த இடம்!

என்னிடம் அறிவு விளக்குச் சுடர்விட்டு எரிகின்றது. சிறிது நேரம் நீங்கள் இங்கே இருந்தாலும் உங்களுக்கு நாசகாலந்தான். நீங்கள் அழிந்து போவது உறுதி!

சாபம் கிடைப்பதற்கு முன் புறப்பட்டு ஓடுங்கள்! உம் நிற்க வேண்டாம்! உங்கள் நிலையைத் தெரிந்து கொண்டு ஓட்டம் பிடியுங்கள்! அகங்காரத்தை முதற்பொருளாக வைத்துப் பேசி யிருக்கின்றார்கள்; பாடியிருக்கின்றார்கள். அகங்காரத்தை விட்டவன் தான் அறிவைப் பெறமுடியும் என்றெல்லாம் சொல்லியிருக்கிறார்கள். தத்துவ நூல்களில் இதுபற்றி விரிவாகக் காணலாம்.

பொது மக்களும் அகங்காரம் பிடித்தவனைப் பற்றி என்ன சொல்லுகிறார்கள் என்று பாருங்கள்; மண்டைக் கிறுக்குப் பிடித்தவன்! தலைக்கனம் பிடித்தவன்! பெரிய கர்வி! தான் என்ற ஆணவம் பிடித்தவன்! தான்தோன்றித் தம்பிரான்! என்று பட்டப்பெயர் சூட்டிக் கூப்பிடுகின்றனர். பொது மக்களும் அகங்காரத்தின் தீமையை அறிந்திருக்கின்றனர் என்பதை இந்தப் பட்டப் பெயர்கள் காட்டுகின்றன. பொருத்தமான பட்டங்கள்,

எனக்கு ஒன்றுமே தெரியாது; எதையும் என்னால் புரிந்து கொள்ள முடியாது; சோறுண்டு உறக்கம் உண்டு, சுகம் உண்டு

என்று நினைப்பவனும் முன்னேற முடியாது. சமுதாயத்திலே அடிமையாகத்தான் வாழ்வான்.

எனக்கு எல்லாம் தெரியும்! என்னைப்போலச் சர்வ கலாநிதி யாருமே இல்லை! நான் இனி யாரிடமும் எதையும் தெரிந்து கொள்ள வேண்டியதே இல்லை! என்று நினைப்பவனும் அழிந்து போவான். அவன் எவ்வளவு உச்சநிலையி லிருந்தாலும் சரசரவென்று படுபாதாளத்திலே சரிந்து வீழ்ந்து விடுவான்.

எனக்குத் தெரிந்தது கொஞ்சம்தான்; தெரியாதவை எவ்வளவோ உண்டு; மேலும் மேலும் பல பொருள்களைத் தெரிந்துகொள்ளவேண்டும்; படித்துணர்ந்து கொள்ள வேண்டியவை பல உண்டு. கேட்டுத் தெரிந்து கொள்ள வேண்டியவை எவ்வளவோ உண்டு; அனுபவத்தால் அறிந்து கொள்ள வேண்டியவை அளவற்றவை என்று நினைக்கிறவனே முன்னுக்கு வருவான். ஒவ்வொரு நாளும் அவன் முன்னேற்றப் பாதையிலே அடிவைத்து ஏறிக் கொண்டேயிருப்பான்.

இந்த உண்மைகளைத் தமிழர்கள் நீண்ட நெடுங்காலத்திற்கு முன்பே அறிந்தவர்கள். இவற்றை அவர்கள் நீதி நூல்களிலே, வணக்கப் பாடல்களிலே புராணங்களிலே இதிகாசங்களிலே, சமய நூல்களிலே எடுத்துக்காட்டியிருக் கின்றனர்.

இந்த அகங்காரத்தைப் பற்றி வடலூர் வள்ளலார் இரா மலிங்க அடிகள் எவ்வளவு வெறுத்துப் பேசுகிறார்; பாடுகிறார் என்பதைப் பாருங்கள்.

கலை அறியாச் சித்தம்எனும்
கனமோசப் பயலே!
கால்அறியாய்! தலை அறியாய்!

காண்பனகண்டறியாய்!

நிலை அறியாய்! ஒன்றைஒன்றாய்

நிச்சயித்துஇவ் வுலகை

நெறிமயங்க மயக்குகின்றாய்!

நீயோ இங்கு உறுவாய்

அலைஅறியாக் கடல்போலே

அசைவறநின் றிடுநீ,

அசைவாயேல் அரைக்கணத்தே

அடக்கிடுவேன் உன்னைத்தான்

அலைவுஅறிவாய்! என்றனைநீ

அறிவாயோ! நான்தான்

ஆண்டவன்தன் தாண்டவம்கண்டு

அமர்ந்தபிள்ளை காணே!

இந்தச் செந்தமிழ்ப் பாட்டு, செருக்கின் கொடுமையைக் கூறுவது ஆணவத்தை எவ்வளவு ஆவேசமாகத் தாக்குகிறார் இராமலிங்கர் என்பதை இதனால் காணலாம்.

கலையுணர்ச்சி உள்ளத்திலே அமைதியையும் அறிவையும் உண்டாக்கும்; பொறுமையை வளர்க்கும். கலையென்றாலும், இலக்கியம் என்றாலும் ஒன்றுதான். கலையென்பது கற்றுக் கொள்ளப்படுவது. இலக்கியங்கள் தாம் பல உண்மைகளை நமக்குக் கற்றுக் கொடுக்கின்றன. ஆதலால், உண்மையான கலையறிவுள்ளவர்கள் தலைக் கனம் கொள்ளமாட்டார்கள். கலையுணர்ச்சியற்ற அறிவைப் பார்த்து எப்படி அழைக்கிறார் வள்ளலார் என்பதைப் பாருங்கள்; கலை அறியாச் சித்தம் எனும் கனமோசப் பயலே என்று கேட்பதுடன் கூப்பிடுகிறார்.

கொடியவனைக் கண்டால் கோபம் வராமல் இருக்குமா? நம்மைக் கழுத்தறுக்கும் கயவனைக் கண்டால் கைகொடுத்து

வரவேற்கவா தோன்றும்? அயோக்கியப் பயலே! எங்கே வந்தாய்? என் முகத்தில் விழிக்காதே! ஓடிப்போ! என்று சீறிவிழாதவர்கள் சிலர் தான் இருக்கலாம்.

இந்தச் செய்யுளிலே அகங்காரத்தைப்பற்றி அருட்சுடர் வள்ளலார் சொரிந்திருக்கும் அனல்கக்கும் சொற்களைப் பாருங்கள்.

கலைப் பண்பை அறியாதவனே! அறிவு என்று பெயர் வைத்துக்கொண்டிருக் கின்றவனே! பெரிய மோசக்காரப் பயலே! உனக்குத் தலைகால் தெரியாது; எவற்றைத் தெரிந்து கொள்ள வேண்டுமோ அவற்றைத் தெரிந்து கொள்ள மாட்டாய்! இவை மட்டுமா?

உண்மை நிலையை உணரமாட்டாய்! ஒன்றை வேறொன்றாக நிச்சயித்துக் கொள்வாய். இந்த விபரீத அறிவு காரணமாக இவ்வுலகை மயக்குகின்றாய். உண்மை நெறியில் செல்லுகின்றவர்களையும் தீயநெறியிலே செலுத்துகின்றாய்; நீயோ இங்கு என்னிடம் வருகின்றாய்!

என்னிடம் நெருங்காதே! அலையற்ற கடல் போல அசையாமல் அப்படியே நில்! நீ அப்படி இப்படி அடியெடுத்து வைத்தால் விடமாட்டேன்! அரைவிநாடியில் உன்னை அடக்கி விடுவேன்!

துன்பம் ஒன்றைத்தான் நீ அறிவாய்! என்னை நீ அறிவாயோ? அறிய மாட்டாய்!

நான் யார் என்று தெரிந்து கொள்! ஆண்டவனுடைய உண்மை நடனத்தைக் கண்டவன் நான்! அவன் சித்தப்படி, உலகத்திற்கு நன்மை செய்ய முடிவு செய்து கொண்டிருப்பவன் யான்!

ஆதலால் என் கிட்டத்தில் வராதே! ஏ, அகங்காரப் பயலே! விலகிப்போ! என்று ஆணவத்தை வெறுக்கின்றார். இவ்வாறு ஆணவத்தைத் தான் வெறுப்பதன் மூலம் மற்றவர்களையும் ஆணவத்திலிருந்து தப்பிக்க வழிகாட்டியுள்ளார்.

40. உண்மைக்கு வெற்றி

உலகில் இன்றுள்ள சாதி, மத, சமய வேற்றுமைகள் எல்லாம் தவிடு பொடியாகித்தான் போகும். அவை இனிமேல் புத்தகங்களிலே படித்துத் தெரிந்து கொள்ள வேண்டிய சரித்திரமாகப் போய்விடு. நடைமுறையிலே நிலைத்து வாழ்வதற்கு முடியாமல் நாசமாகிவிடும். இதைத்தான் இன்றுள்ள அறிஞர்களும் கூறுகின்றார்கள். புதிய சமுதாய அமைப்புக்குப் பாடுபடுவோர் நம்பிக்கை இதுதான்.

இந்த உறுதியான நம்பிக்கை சென்ற நூற்றாண்டிலே வாழ்ந்த இராமலிங்க அடிகளிடம் இருந்தது. இந்த உறுதியுள்ளம் காரணமாகவே புரட்சிக் கருத்துக் கொண்ட புதிய செய்யுட்கள் பலவற்றை அவர் பாடிச் சென்றார். அப்பாடல்களைப் படிப்போர் அனைவரும் அவரைப் போலவே இவ்வுலகம் மாறவேண்டும் என்றே மனத்தில் நினைக்கின்றனர். இவ்வாறு படிப்போர் உள்ளத்தை அள்ளிக் கொள்ளும் பாடல்களாக அமைந்திருக்கின்றன அவை.

சத்திய ஞானசபை என்னுள் கண்டனன்;
சன்மார்க்க சித்தியை நான்பெற்றுக் கொண்டனன்;
நித்திய ஞான நிறை அமுது உண்டனன்;
நிந்தை உலகியல் சந்தையை விண்டனன்.

உண்மையான அறிவுச் சபையென்பது வெளியில் எங்கும் இல்லை. என் உள்ளத்திலேயேதான் இருக்கின்றது அதை நான் கண்டுகொண்டேன்.

என் உள்ளத்திலே உள்ள அறிவுச் சபையில் நடனமாடும் பகுத்தறிவின் மூலம் சன்மார்க்கத்தை அடையும் வெற்றியை நான் பெற்றேன்.

சன்மார்க்க சித்தியைப் பெற்றதனால் தினந்தோறும் அறிவென்னும் நிறைந்த அமுதத்தை உண்டேன்; அதாவது நாள்தோறும் அறிவு நெறியிலேயே நடந்து கொண்டிருக் கின்றேன்.

இதனால் பழிக்கத்தக்க செய்கைகளை யெல்லாம் விட்டேன். நிந்தைக்கு இடமான உலகியல் என்னும் சந்தையைக் கண்ணெடுத்தும் பார்க்கவில்லை. அதை அகற்றிவிட்டேன்.

இதிலே, உண்மையறிவு உள்ளத்தில் இருக்கின்றது; அதை அறிவது தான் சத்திய சபையைக் காண்பதாகும் என்று எடுத்துக் காட்டினார். அதைக் கண்டவர்களே சன்மார்க்க நெறியைப் பின்பற்ற முடியும் என்றும் இயம்பினார். மேலும் அவர் பாடுவதைப் பாருங்கள்

சாதி சமயச் சழக்கெலாம் அற்றது;
சன்மார்க்க ஞான சபைநிலை பெற்றது;
மேதினியில் சாகாத வித்தையைக் கற்றது;
மெய்அருட் சோதிஎன் உள்ளத்தில் உற்றது.

சன்மார்க்கம் - உலக சன்மார்க்க சமுதாயம் - எப்பொழுது நிலைபெற முடியும்? அழியாமல் வாழ முடியும்? என்பதை இச்செய்யுளிலே கூறியிருக்கின்றார்.

சாதி மதக் கோளாறுகள் - குற்றங்கள் எல்லாம் அடியோடு அழிந்தன. அதன் பிறகுதான் சன்மார்க்கத்தைக் காட்டும் அறிவுச் சபை அழியாமல் நிலைபெற்றது.

சாதிமதச் சழக்கற்று உண்மை நெறியைப் போதிக்கும் அறிவுச் சபை நிலைத்த பிறகு, இவ்வுலகம், என்றும் அடிமைச் சாவுக்கு ஆளாகாமல் இன்பத் தோடும், உரிமையோடும் வாழும் கலையைக் கற்றுக் கொண்டது.

என் உள்ளத்திலும் உண்மையான இரக்கத்தோடு பேரறிவு நிலைத்து நின்றது. சாதி சமயச் சழக்குகள் எல்லாம் ஒழிந்தால் தான் உலகிலே சன்மார்க்கம் பரவும்; அறிவுச் செயல்கள் நிலைத்து நிற்கும்; மக்கள் சமுதாயம் அடிமைச் சாவுக்கு இரையாகாமல் வாழும். உரிமையும் இன்பமும் பெற்று உன்னதமாக வாழும். இந்த உண்மையை இச்செய்யுளால் உரைத்தார்.

உலக சமுதாயம் ஒன்றாகக் கூடாது என்று நினைப்பவர்கள் தந்நலக்காரர்கள்; வஞ்சகர்கள். அவர்கள் சாதி, மத, சமய பேதமற்ற சன்மார்க்க நெறி பரவாமலிக்க முட்டுக் கட்டைகள் போடுவார்கள். அவர்கள் போடும் முட்டுக்கட்டைகளால் சன்மார்க்க நெறியை அடைத்துவிட முடியாது. சன்மார்க்க வெள்ளம் எல்லாக் குப்பை கூளங்களையும் அடித்துக் கொண்டு முன்னேறித்தான் செல்லும், வஞ்சகர்கள் வாய் மூடிக் கொண்டு ஓடிப் போவார்கள். அவர்கள் தாமாகவே சன்மார்க்க சங்கத்தைச் சரணாகதியடைவார்கள். சன்மார்க்க சங்கத்தவர் களுக்குத்தான் இறுதி வெற்றி.

இவ்வாறு வெற்றிக்களிப்புடன் ஆனந்தமாகப் பாடுகிறார் வள்ளலார். அந்தச் செய்யுளைப் பாருங்கள்.

வஞ்சகர் அஞ்சினர்; வாய்மூடிச் சென்றனர்;
வந்து திரும்பவும் வாயிலின் நின்றனர்;
தஞ்சம்! எமக்கருள்! சாமிநீ என்றனர்;
சன்மார்க்க சங்கத் தவர்களே வென்றனர்.

சன்மார்க்க நெறியை அடக்க முயன்ற வஞ்சகர்கள் தம் செயலில் தோல்வி கண்டு பயந்து போனார்கள். ஒன்றும் சொல்ல முடியாமல் வெட்கத்தால் வாய் மூடிப் போனார்கள்.

அவர்கள் தாமாகவே உண்மையுணர்ந்து, உள்ளந் திருந்தி மீண்டும் சன்மார்க்க சங்கத்தின் வாசலிலே வந்து நின்றனர். சாமி நாங்கள் சரணமடைந்தோம்! எமக்கு அருள் செய்வாய்! என்று கெஞ்சினார்கள்.

இதனால் சன்மார்க்கத்தவர்களுக்கே இறுதி வெற்றி கிடைத்தது. உலக மக்களை ஒன்று சேர வொட்டாமல் பிரித்து வைக்க நினைத்தவர்கள் தோற்றார்கள். ஒன்றுபட்ட சன்மார்க்க சமுதாயமாக்க முயன்றவர்களே வெற்றி பெற்றார்கள்!

எதிர்காலத்திலே சாதி, மத, சமய பேதமற்ற உலக சமுதாயந் தோன்றுவதை - உருவாவதை - யாராலும் தடுக்க முடியாது. இத்தகைய திடநம்பிக்கை இராமலிங்கரிடம் குடி கொண்டிருந்தது.

பன்மார்க்கம் எல்லாம் பசையற்று ஒழிந்தனவே;

சன்மார்க்கம் ஒன்றே தழைத்ததுவே

என்று மேலும் தனது திடநம்பிக்கையைக் கூறியிருக்கிறார். சன்மார்க்கத்திற்கு எதிரான பல மார்க்கங்களும் சிறிதும் பசையில்லாமல் ஒழிந்து போய்விட்டன. இவ்வுலகத்திலே இல்லாமல் மறைந்து விட்டன. உண்மை நெறியாகிய சன்மார்க்கம் ஒன்றுதான் தழைத்து வளர்ந்தது என்று உறுதியோடு உரைத்திருக்கிறார்.

உலகத்திலே ஒன்றுபட்ட சமுதாயம் தோன்றுவது உறுதி என்பது அவர் நம்பிக்கை, அவர் உலகத்தாரை சாதி, மதபேத மற்றபுதிய சமுதாயத்திலே சேரும்படி அழைக்கிறார்.

ஆடாதீர்! சற்றும் அசையாதீர்! வேறு ஒன்றை

நாடாதீர் பொய்உலகை நம்பாதீர்! - வாடாதீர்!

சன்மார்க்க சங்கத்தைச் சார்விர்! விரைந்தினியிங்கு

என்மார்க்க மும்ஒன் றாகுமே.

வஞ்சகர் வார்த்தை கேட்டு நடுங்காதீர்கள்! சிறிதும் அசைய வேண்டாம்; சன்மார்க்கத்தைத் தவிர வேறு ஒன்றையும் தேடாதீர்கள்! உலகில் உள்ள பொய்மைகளை நம்பாதீர்கள்! எதற்கும் துன்பமடையாதீர்கள்! சன்மார்க்க சங்கத்தைச் சேருங்கள்; விரைவிலே இங்குள்ள எல்லா மார்க்கங்களும் சன்மார்க்க மென்னும் ஒரே மார்க்கமாகிவிடும் இதை நம்புங்கள்.

இறுதியாக வடலூரார் முழங்கும் வீர முழக்கத்தைக் கேளுங்கள்.

மார்க்கம்எல்லாம் ஒன்றாகும் மாநிலத்தீர்! வாய்மையிது;

தூக்கமெலாம் நீக்கித் துணிந்துளத்தே - ஏக்கம்விட்டு

சன்மார்க்க சங்கத்தைச் சார்ந்திடுமின்! சத்தியம்நீர்

நன்மார்க்கம் சேர்வீர்இந் நாள்.

இதைவிட உறுதியாக வேறு சொற்களை அமைத்துப் பாட முடியாது. எதிர்காலத்திலே உலகிலே சன்மார்க்கம் ஒன்று தான் ஓங்கும் என்ற கருத்தை மிகுந்த நம்பிக்கையுடன் பறைசாற்றியிருக்கிறார்.

மாநிலத்தவர்களே! கேளுங்கள்! உலகில் உள்ள எல்லா நெறிகளும் ஒரே நெறியாகத்தான் போகின்றது; நான் கூறுவது பொய்யன்று; உண்மையாகும் ஆகையால், உங்கள் தூக்கத்தை விட்டுத் தொலையுங்கள்! உள்ளத்திலே துணிவு கொள்ளுங்கள்! கவலையையும் களைந்து வீசுங்கள்! சன்மார்க்க சங்கத்தைச் சேருங்கள்! சத்தியமாகச் சொல்லுகின்றேன்! நீங்கள் அனைவரும் இப்பொழுதே நன்னெறியை அடைவீர்கள்! இதுவே இப் பாடலின் பொருள்.

வள்ளலாரின் இந்தக் கருத்த முழுவதும் உண்மையென்பதை இக்காலப் போக்கை உற்று நோக்குவார் உணர்ந்து கொள்ளுவார்கள். உலக மக்கள் அன்போடு ஒன்றுபட்டுச் சன்மார்க்க நெறியிலே வாழும் காலம் நெருங்கி வந்து கொண்டே யிருக்கின்றது. விரைவிலே இது நிறைவேற உழைப்பதே அறிஞர் கடமை.

முற்றும்.

★★★

9 788168 572980